முருகியம்

முருகியம்

தேன்மொழி தாஸ்

எழுத்து
பிரசுரம்

Title: Murugiyam
Author's Name: Thenmozhi Das

Published by Ezutthu Prachuram

Zero Degree Publishing
No. 55(7), R Block, 6th Avenue,
Anna Nagar,
Chennai - 600 040

Website: www.zerodegreepublishing.com
E Mail id: zerodegreepublishing@gmail.com
Phone: 89250 61999

Ezutthu Prachuram First Edition: November 2022
ISBN: 978-93-95511-06-3
TITLE NO EP: 385

Cover Design & Layout: Vijayan, Creative Studio

Prof. **Siddhartha Ghosh**
Director and HOD, Department of Neurosciences,
Apollo Hospitals, Chennai

I consider him my Guru–the one who identified the heartbeat of my writing. He is a renowned surgeon at Chennai Apollo Hospital, known for his skill and his compassion. He identified my talent as a writer when we worked together at the reputed Apollo Hospital from 1996 to 2001 and encouraged me to pursue it further. Nursing is a noble profession. Not everyone becomes a writer. But writers imbibe values through their words and so writing too is a noble profession, he would say. When I developed Post-covid neuropathy, the nerves in my legs were affected, rendering me unable to walk. My condition only worsened, despite the intensive treatment I underwent at another hospital. He admitted me in Apollo Hospital and ensured rigorous and quality treatment. To **Siddhartha Ghosh**, whose timely medical intervention saved my life, I dedicate this book with heartfelt gratitude.

பொருளடக்கம்

கவிதைகளின் கனவுமொழி —
தேன்மொழி தாஸ் கவிதைகள்
- ஜமாலன்

இயற்கையின் உட்கருவில் சித்தமாய்
இருப்பது மொழி
ஆதித் திருமொழி

- தேன்மொழி தாஸ்

குறிப்பு: இத்தொகுப்பை தன்னுரிமை சார்ந்த அனுபவத்துடன் வாசிக்க விரும்பும் வாசகர்கள் நேரடியாக இதனைத் தவிர்த்துவிட்டு வாசிக்கலாம். வாசித்தபின் நீங்கள் வந்தடையும் உணர்வுகள், கருத்தாக்கங்கள், மெய்யியல் கூறுகள், அனுபவங்கள் ஆகியவற்றுடன் இதனை ஒப்பிட்டு வாசித்துப் பார்க்கலாம். அப்பொழுது நீங்கள் இரண்டு வாசிப்புகள் வழி இதனை இன்னும் அணுக்கமாகப் புரிந்துகொள்ள ஏதுவாகலாம்.

தேன்மொழி தாஸின் கவிதைகளை தொடர்ந்து இணையத்திலும், அவரது நூல்களிலும் வாசித்துக்கொண்டிருக்கிறேன். இருக்கிறேன் என்கிற நிகழ்காலத் தொடர்ச்சி முக்கியம். எந்த ஒரு இலக்கியப் படைப்பும் ஒற்றை மற்றும் ஒரு வாசிப்பில் முடிந்துவிடக்கூடியது அல்ல. பன்முக வாசிப்பே ஒரு படைப்பின் வாசிப்பின்பம். அதிலும் குறிப்பாய் கவிதைகள் 'நவில்தோறும் கவிநயம்' கொண்டதாக விகசித்துக்கொண்டே

இருக்கும். கவிதையின் அர்த்தம் பொருண்மைத்தன்மை கொண்டதல்ல, அது எப்பொழுதுமே இருண்மைத்தன்மைக் கொண்டதுதான். அந்த இருண்மைதான் அதன் பொருண்மையாகி பொருள் (அர்த்த) வித்தியாசத்தை, பொருள் விளக்கத்தைத் தரக்கூடியதாக உள்ளது. அதனால்தான் இருக்கிறேன் என்கிற தொடர் நிகழ்காலத்தில் (present continious) கூறவேண்டியதாக உள்ளது.

அசாத்தியமான படிமங்களையும், உருவகங்களையும், உவமைகளையும் கொண்ட தேன்மொழி தாஸின் கவிதைகள் அடர் கானகத்திற்குள் அழைத்துச் சென்று இயற்கையின் கர்ப்பத்திற்குள் உள்ளவற்றைக் காணும்படி தூண்டக்கூடியவை. அவரது கவிதைகளில் படிமமாகும் இயற்கையை அவரது சொற்களைப் போல உருவகப்படுத்திச் சொன்னால் அது 'இயற்கையின் கர்ப்பத்தில் ஜனித்த ஒரு ஆதித்திருமொழி' எனலாம். அவரது கவிதைக்குள் இயங்கும் அல்லது பின்நவீன மொழியில் சொன்னால் அவரது கவிதைகளை உற்பத்தி செய்யும் ஒரு சிந்தனைப் படிமம் தீர்க்கதரிசனம் அல்லது தொல்குடி மந்திர மொழியாக வெளிப்படும் அடர்ந்த ஒன்றுக்கொன்று புறத்தில் தொடர்பற்ற அகத்தில் பீறிடும் சந்நதமாகும் மொழி. அல்லது பின்நவீனம் முன்வைக்கும் உணர்வான ஓலம். ஆம், இயற்கையின் பேரழிவிற்கு எதிரான ஓலம். அது சிலநேரம் ஆக்ரோசமாக, சாபமாக, கோபமாக, முணுமுணுப்பாக, மௌனமாக, மெய்யியல் தரும் அமைதியுடன் வெளிப்படுகிறது.

அந்த ஓலம் விரட்டப்பட்ட ஒரு ஆதிக்குடியின் நினைவுகளும், கனவுகளுமாக நீள்கிறது. திணைக்குடி வாழ்விற்குத் திரும்புதல் என்ற அரசியலை உள்ளுறையாகக் கொண்டுள்ளன பெரும்பாலான கவிதைகள். மனிதன் இயற்கையின் ஒரு அங்கம் ஒரு மரத்தைப்போல, ஒரு பறவையைப்போல, ஒரு மிருகத்தைப்போல, ஒரு பூச்சியைப்போல, ஒரு பூவைப்போல. ஆனால் முதலாளியப் பொருளுற்பத்திமுறை மனிதனை இயற்கையின் எஜமானனாக மாற்றியது. இயற்கை என்ற ஒன்றை தன்னிலிருந்து பிரித்தறியாத உயிரியாக இருந்த மனிதர்கள், தங்களது எந்திர உற்பத்தி என்ற செயற்கையைக் கண்டுபிடித்து, அதனை ஒரு நியமமாக (legitimize) மாற்ற இயற்கை என்கிற கருத்தமைப்பைக் கட்டமைத்தார்கள். தொல்குடிகளின் மந்திரத்தை நிலவுடமைச் சமூகம் தந்திரமாகவும் (மதம், தாந்ரா, யோக... இத்யாதிகள்), முதலாளியச்

சமூகம் எந்திரங்களாக (பகுத்தறிவு, அறிவியல், தொழில்நுட்பம்… என) மாற்றியமைத்துத் தன்னை இவ்வுலகின் அதிகாரியாக நிலைநிறுத்திக் கொண்டன. அது இயற்கை என்கிற கருத்தாக்கத்தைத் தனது செயற்கையை ஒரு நியமமாக மாற்ற கட்டமைத்தது. அல்லது இயற்கை என்ற குறித்தலை, செயற்கைக்கு எதிர்வாக முன்வைத்தது. இயற்கை என்பதே மனிதமுதல்வாத செயற்கையின் ஒரு எதிர்க் கருத்தாக்கமே. அந்த இயற்கை என்கிற செயற்கைக் கட்டமைப்பிற்கு முந்தையதொரு இயற்கை வாழ்வே தமிழர்களின் திணைக்குடி வாழ்வு. அவ் வாழ்வு நோக்கிய வேட்கையே இவரது கவிதைகளின் உள்ளூறையாக உள்ளது. அவ்வகையில் இக்கவிதைள் ஒரு அகிலம்சார் எதிர்ப்பரசியலை முன்வைக்கின்றது. அதனால்தானோ என்னவோ இயற்கை குறித்த முதலாளியம் உருவமைத்த ஒரு முற்கால ஏக்க உணர்வான (nos-talgic) இயற்கை வர்ணனை என்கிற ஒழுங்குசார் அழகியலை இக்கவிதைகளின் மொழித்தளத்தில் காண இயலவில்லை. இது உடமை சமூகத்திற்கு முந்தைய புராதனக் குடிகளின் இயற்கை குறித்த ஏக்கமாக அமைந்துள்ளது.

ஆதிக்குடிகளின் குரலில் தங்களது இயற்கைமீதான வெள்ளை ஏகாதிபத்திய, நகர்மய, ஆணாதிக்க, நவீன உற்பத்திமுறைக்கு எதிரான குரலாக வெளிப்படும் இக்கவிதைகள் தொடர்பற்றதான, சிதறுண்ட, ஒரு பிளவுபட்ட, ஆளுமை சிதறிய, மையமற்ற சொற்களாக வெளிப்படுகிறது. புறநிலையில் தொடர்பற்றதாக வெளிப்படும் சொற்கள் அகநிலையில் ஒருவகை இயற்கை என்ற குறித்தல் ஒழுங்கைப் பெற்றிருக்கிறது. மந்திரங்கள் ஒரு ஒழுங்கற்ற, அர்த்தமற்றதான சொற்குவியலாக வெளிப்பட்டாலும், அந்த ஒலிக்கு ஒரு சொன்மையின் ஆற்றல் (ஒலித்தலின் ஆற்றல்) இருப்பதும், அது சொல்பவரையும், கேட்பவரையும் ஒரு இயைபு நிலைக்குள், ஒத்திசைவுக்குள் கொண்டுவருவதையும் போல, இக் கவிதைகளின் வெளிப்பாடு அமைந்துள்ளது. இவை எழுதப்பட்ட கவிதைகள் அல்ல, சொல்லப்பட்டவை. ஒருவகை சந்நதக் குரலில் தொடர்பற்றதான பல உருவகங்கள், படிமங்கள், உவமைகள் என அது வெளிப்படுகிறது. அப்படிச் சொல்வதெல்லாம் சக்தி மிக்கவை, உண்மையானவை என்கிற எண்ணத்தின் அடிப்படையில் அவை அப்படியே கவிதைகளாக

வெளிப்பட்டுள்ளன. அதனால் அதில் அளவை (தருக்க - logic) ஒழுங்கு இருப்பதில்லை. அவை ஒரு சிதைந்த. சிதறிய குரலின் சொற்களாக வெளிப்படுகிறது. அவரது பெரும்பாலான சொற்கள் ஆதிவேரைப் பிடித்தபடி மொழி என்ற புதைமணலில் இருந்து கிளைக்கின்றன. மூதாய் என்கிற பிம்பம் கவிதைக்குள் உட்கார்ந்துகொண்டு ஓயாமல் சொல்லிக்கொண்டிருக்கிறது. இந்தப் படிமம் இவரது கவிதைகளை வாசிக்கும்போது தவிர்க்க இயலாமல் மனத்திரையில் உருவாகிவிடுகிறது.

கவிதை சொல்லுதல் அல்லது பாக்களாகப் பாடுதல் என்பது தமிழின் மரபானதொரு மொழிதல் வடிவம் என்பதால் இக்கவிதைகள் அதை நோக்கியதொரு எத்தனிப்பிலும், அதே நேரத்தில் நவீன மொழிவடிவிலும் சிக்கிக்கொண்டுள்ளது. அதுவே அதன் கவித்துவச் சிறப்பாக உள்ளது. கவிதைகளின் கூற்று வடிவம் குறித்து ஆராய வேண்டும் என்பதை இக்கவிதைகள் அறிவுறுத்துகின்றன. பல வரிகள் நேர் கூற்றாக அமைந்துள்ளன. அவற்றில் கதைத்தல் அல்லது நவிலல் (narrative) இல்லை. ஆனால், ஒவ்வொரு கூற்றிலும் ஒரு பொருட்செறிவும், வாசிப்பில் விரிந்து செல்லக்கூடிய மொழிப்படிமமும் உள்ளது.

சான்றாக, 'இரத்தச் சிறகில்' என்றதொரு சொல்லாட்சி ஒரு கவிதையில் வெளிப்படும்போது. நமது மொழி தர்க்கம் சற்று நின்று அதைச் சிந்திக்கத் துவங்குகிறது. அதன் முன் பின்னான வரிகளில் இதற்கான பொருள் உள்ளதா? எனப் பார்த்தால் அவை இன்னும் இச்சொல்லை சிக்கலாக மாற்றுகிறது. "வசிப்பது கறி உப்பில் / அழுவதோ இரத்தச் சிறகில் / நடப்பதோ வெட்பாலைப் பிசுபிசுப்பில்" இன்றைய மக்களின் இயல்பான வாழ்வு பற்றியதான வர்ணனை. இவ்வரிகள் ஒரு காட்சியாக மாறாமல், சொற்களின் வீச்சில் ஒரு உணர்வாக படிகிறது. இதில் "இரத்தச் சிறகில்" என்ற சொல் ஓர் உணர்வாக இறங்கிவிடுகிறது. இதைத்தான் மொழிப்படிமம் என்று குறித்தேன். இது ஒரு சான்றுக்காக எடுத்துக்காட்டப்படுகிறது. பெரும்பாலான கவிதைகள் இப்படியான பல மொழிப்படிமங்களால் மடித்து மடித்து வைக்கப்பட்டுள்ளன. அவை நேரடியாகப் பொருள்கொள்ளாது, உணர்வாகப் படிந்துவிடுவன.

'ஆள்காட்டி விரல்' என்ற தற்காலத் தேர்தல் அரசியலை விமர்சிக்கும் கவிதையில்தான் மேற்சொன்ன வரிகள் உள்ளன. முழுக் கவிதையும்

மிக வலிமையான படிமங்களைத் தேர்தல் அரசியலுக்கு எதிராக முன்வைக்கிறது. "ஒரு நதியை இழுத்து கிழவி அணிகிறாள் / ஆள்காட்டி விரல்தான் நிகழ்காலம்" இவ்விரண்டு வரிகளிலும் ஒரு தொடர்பின்மை இருப்பதை அவதானிக்க முடியும். கிழவிக்கு நதி ஆடையாகிறது என்கிற படிமம் இயற்கையான நதிகள் எப்படி மனிதர்களின் நாகரிகத்துடன் உறவுடையது என்கிற மௌனிக்கப்பட்ட பகுதியை வெளிப்படுத்துகிறது. நாகரிகம் என்பது ஒரு இனம் தனது வரலாற்றில் அணிந்துவந்த ஆடை என்பதாக இதனை விரித்துரைக்க முடியும். அடுத்துவரும் வரி மேற்கொண்ட வரியுடன் தொடர்பற்றிருக்கிறது. தனித்து அந்த வரி தனக்கான பொருளைக் கொண்டுள்ளது. இப்படி இத்தொகுப்பின் அனைத்துக் கவிதைகளும் வரிகளாக அதாவது தனித்த கூற்றுகளாக உள்ளன.

கூற்று என்பது சங்க காலப் புனைவாக்க உத்தி. அதனைத் தொல்காப்பியத்தில் வாசித்தறியலாம். சுருக்கமாக பேச்சு (speech) தனியரின் குரல் என்றால், கூற்று (utternce) ஒரு கூட்டுக் குரலாகும். அதன் பொதுத்தன்மை என்பதே அதன் அரசியல் வடிவம். நமது அனைத்துப் பேச்சுமே கூற்றுதான். அதனால்தான் அது பேசுபவரின் அரசியலை ஆதிக்கச் சொல்லாடலுடன் பிணைத்து உள்ளது. (இந்த கோட்பாட்டு விளக்கத்தை இத்துடன் நிறுத்திவிட்டுத் தொடரலாம். அது தனியாக எழுதப்பட வேண்டிய ஒன்று.) இக்கவிதைகள் இப்படியான பல கூற்றுகளாக உள்ளதால், ஒரு முழுக்கவிதையும் அதன் மையமான ஓர்மை சிதைந்து மையமற்ற பல சொல்லுதல்களாகக் கட்டப்பட்டுள்ளது. அதன் குரலும் ஒரு சமூகத்தின் அழிவைப் பார்த்துக் கதறும் ஒரு மூதாயின் நினைவடுக்கில் வெளிப்படும் பல குரலாக வெளிப்படுகிறது. இது தனித்தனியாக இருந்தாலும் ஒரே கவிதைதான். அல்லது ஒரு ஆழமான உணர்வை மொழிப்படிமமாக மாற்றி வாசிப்பவரின் ஓர்மையற்ற உடல்நிலை உணர்வாக மாற்றுதல். மொத்த கவிதைகளையும் வாசித்தபின் மனதிற்குள் அந்த மூதாயின் ஓலத்தை, கதறலை, வலியை ஓர் உணர்தலாக மாற்றிவிடுகிறது இத்தொகுப்பு.

இத்தொகுப்பில் வெளிப்படும் கூற்றுகள், அரசியல், பொருண்மைகள் மற்றும் குரல்களை வகைப்படுத்தினால்: இயற்கை வழிபாடு, ஆதிக்குடிகளின் குரல், அதர்க்கமாக வெளிப்படும் தொல்குடி

மாந்திரீகத்தின் குறிசொல்லுதல், ஆதிவேர்பிடித்த சொற்களைத் தேடுதல், ஆதிநிலத்தைத் திரும்ப பெறுதலுக்கான போராட்டம், ஆதித்திருமொழி என்ற கற்பிதம், சிறுதெய்வங்களின் பாடல்களைப் பாடிப்பார்த்தல், பெருமத எதிர்ப்பு மற்றும் இந்துத்துவ எதிர்ப்பரசியல், அன்பெனும் இயல்பும், கருணையுமே தேவை என்று உரைத்தல், சூழலியம் சார்ந்த இயற்கைப் பாதுகாப்பைப் பேசுதல், சன்னதப் பாடல்களை எழுதிப்பார்த்தல், கனவுகளை எடுத்துரைத்தல், கனவுகளை காட்சிப்படுத்த முனைதல், நினைவுகள் தரும் சுகத்தைப் பகிர்தல் இப்படியான பாடுபொருள்கள் இத்தொகுப்பில் உள்ளன.

வாசிப்பை வழிப்படுத்தாமல் இருக்கும் பொருட்டு தனித்தனியாகக் கவிதைகளை வாசித்துக் காட்டாமல் ஒரு சிலவற்றை மட்டும் சுட்டிக்காட்டுகிறேன். ‘கனவில் நகரம்’ என்ற கவிதையை தமிழின் முக்கியக் கவிஞர்களில் ஒருவரான சி. மணி அவர்களின் ‘நகரம்’ என்ற கவிதையுடன் ஒப்பிட்டு வாசிக்கலாம். சென்னை மாநகரம் அதில் அதன் அனைத்து மனிதத் தன்மையற்ற கூறுகளுடன் பதியப்பட்டிருக்கும். சி. மணியின் கவிதையே உலகப் புகழ்பெற்ற டி.எஸ். எலியட்டின் ‘பாழ்நிலம்’ கவிதையின் தாக்கத்தில் எழுதப்பட்டது. நவீன நாகரிகம் உருவாக்கிய நகர் என்கிற திணைப்புலம் குறித்த கவனம் இவரது கவிதையிலும் உள்ளது. ஆனால், நகர் என்கிற திணைப்புலத்தை ஆதிக்குடிகளின் குடிமரபு வாழ்விற்குப் பதிலீடாக வைத்துப் பார்க்கிறது இக்கவிதை. “ஒருநாள் கனவில் ஒளியைத் தாவித் தாவிப் பிடிக்கும் மனிதனைச் சந்தித்தேன்” இப்படியான பல்வேறுபட்ட நகர் வடிவமைத்த மனிதர்களை இதில் வரிவரியாக உருவகப்படுத்துகிறது இக்கவிதை.

‘தேசம் அந்நியர்களின் உண்டியல்’ என்று நாடு, நிலம் பற்றிக் கூறும் ‘முருகநாடு’ என்ற கவிதை. முருகநாடு என்ற சொல்லாட்சியை ஒரு மொழிப்படிமமாக, ஆதிநிலம் குறிப்பாக குறிஞ்சி, முல்லை என்கிற காடு, மலை சார்ந்த நிலங்களே நாட்டுருவாக்கத்திற்கு முந்தைய, ஆதிநிலம் என்கிற கருத்தைக் காட்சிப்படுத்தும் கவிதை. “ஐந்திணை தெய்வத்தின் / மொழித் தனலாய் ஆதித்தாய் இருந்தாள்” என்று ஆதித்தாய் என்கிற ஒருவகை புராதனம் சார்ந்த ஆழ்மனப் படிமங்கள் பொதுவானதொரு கூறுதலாக உள்ளது.

“இந்திய தேசத்தின் அத்தனை தெய்வங்களும் தென்னாட்டில் பிறந்தன” என்று நேர்கூற்றாக ஒரு வரி உள்ளது. “உலகமெங்கும் இருக்கும் / கடவுள் என்ற மனநிலை / முருகநாட்டில் முளைத்தது” என்று தொடர்கிறது. இத்தகைய கருத்தியல்கள் இத்தொகுப்பின் கவிதைகளில் பிரித்துப் போடப்பட்டுள்ளன. மதங்கள். சமயங்கள், தெய்வங்கள் ஆகியவை தென்னாட்டை சேர்ந்தவை என்பது ஒரு பெருமிதக் கூற்றாக வெளிப்படுவது சற்றே சிக்கலான மற்றும் நெருடலான ஒரு கருத்தாக்கமே. இங்கு வரலாற்றை மறுப்பதே புராதன மற்றும் ஆதித் தொன்மங்களை ஏற்கும் ஒரு சிந்தனையின் அடிப்படை. காரணம் வரலாறுதான் ஆதிக்குடிகளை, மக்களாக மாற்றி நாடுகளாக்கி, தேசங்களாக்கி, ஏகாதிபத்தியம், உலகமயம் என விரிவுபடுத்தியுள்ளது. இயற்கையை ஆளுகை செய்தல், தனது நுகர்விற்காக அதை அழித்தல் என்ற அறமற்ற ஒரு கருத்தியலை முன்வைப்பதே வரலாறு. இது ஒருவகை சமய நம்பிக்கை சார்ந்த மனநிலை. கருத்தியலுக்கு எதிராக நாடோடிவியலை விரும்பும் கவிக்குரலின் ஆழ்மனதில் இத்தகைய வரலாறு என்னிலத்தில் துவங்கும் என்கிற வாதம் முற்றிலும் எதிரானது. நவீனமொழியில் இயங்கும் ஒரு ஆதிமனதின் சிக்கல் இது. வரலாற்றை மறுப்பதே நாடோடிவியலின் அடிப்படை. வரலாற்றைத் தனதானதாக ஆக்குவது மற்றொரு அதிகாரத்திற்கும் வன்முறைக்குமே வழிவகுக்கும். இது விரிவாக ஆராயப்பட வேண்டிய கருத்தாக்கம். இத்தொகுப்பில் உள்ள அடிப்படை மனசிக்கல் என்றுகூட இதனைக் கூறலாம். அதாவது நாடோடிவியலுக்கு (Nomadology) மாற்றாக கருத்தியலை (Ideology) கவ்விப் பிடித்துக் கொண்டுள்ளது கவிதை. அதன் நீட்சியே ஒரு முருக நாடு குறித்த காட்சியை முன்வைத்து முடிகிறது இப்படி...

“எனக்குள் முருக நாடு நீர் கண்டு
நீர் கண்ட இடமெல்லாம் சீர் கண்டு
சீர் கண்ட இடமெல்லாம் கூர் கொண்ட கல்லால்
தீ படைத்த திமிரோடு இருக்கிறது
நகரம் பலரது குருதி”

‘நகரம் பலரது குருதி’ என்றால் கிராமங்களின் கதைகள்தான் என்ன? நகரைவிட அதீத குருதி கொப்பளிக்கும் சாதிய நிலங்களாக மாறியுள்ளன அவை. புராதனச் சமூகத்திற்குத் திரும்புதல் இனி சாத்தியமில்லை.

இதுதான் அவரது கருத்தியல் வழிநடத்தும் சிக்கல். நாடோடிகளுக்கு நாடில்லை என்பதே நாடோடிவியல் முன்வைக்கும் நாடோடித் தன்னிலை. நாடற்ற மக்கள் என்பதைத்தான் பொதுவுடமை சமூகம் என்ற மாற்றாக முன்வைக்கிறது மார்க்சிய சிந்தனை. அதனால்தான் மார்க்சியம் புராதனப் பொதுவுடைமைச் சமூகம் என்கிறது ஆதிக்குடிகளின் சமத்துவமான வாழ்வை.

அடுத்து, வேலச்சியின் வெறியாட்டம் என்ற சங்க காலத்தின் வேலன் வெறியாடுதலுக்கு ஓர் மாற்று பெண்ணிய நோக்கில் முன்வைக்கப்பட்டுள்ளது. கதைத்தல் இல்லாத எடுத்துரைப்புகளே இக்கவிதைகளின் நடையாக (பாணியாக) உள்ளது. கதையாடல் என்கிற தொன்ம நுட்பம் ஏன் இக்கவிதையாக்கத்தில் இல்லை என்பது ஆச்சர்யமாக உள்ளது. ஆனால் தொன்மங்கள் குறித்த கூற்றுகளாகவே இக்கவிதைகள் உள்ளன. பல காட்டியல் சார்ந்த சொற்கள் சமவெளி ஆதிக்கம் மிக்க இன்றைய பண்பாட்டிலும், பயன்பாட்டிலும் அருகிவிட்டதால், சில சொற்களுக்கான பொருள் புரிவதில் சிக்கல் உள்ளது. சான்றாக, ‘சூச்சி’ போன்ற சொல். இக்கவிதைகளில் கனவுகளை விவரிக்கும் இடங்கள் அசாத்தியமான சொற்களாக வெளிப்பட்டுள்ளது. பிராய்ட்-லெக்கானிய முறையியலில் சொன்னால் கனவு கவிதையாக பதிலியாகியுள்ளது. பல இடங்களில் சொல்லப்படாத மௌனங்கள், இடைவெளிகளை உருவகங்கள், பதிலீடுகள் வழி வெளிப்படுத்த முனைகிறது.

நாகம் – நாக வழிபாடு – ஆதிக்குடிகளின் நம்பிக்கைகளைப் பேசும் “நாகரி” கவிதை நாகர்களின் அழிப்பில் துவங்கி எப்படி இன்றைய மனிதகுல வரலாறு உருவானது என்கிற வரலாற்றை பல உருவகங்கள் வழியாகச் சொல்கிறது. நாகம் உலகம் மற்றும் குறிப்பாக இந்திய தொன்மத்தில் மிக முக்கியமான ஒன்று. இன்றைய இந்திய கடவுளர்கள் அனைவரும் நாகத்தைத் தனது உடை, ஆயுதம், வாகனம் என்ற ஏதேனும் ஒரு குறியீட்டு வடிவில் வைத்திருக்கிறார்கள். காரணம் நாகவம்சத்து அழிவின் எச்சத்தையும், அவர்களது பண்பாட்டை உள்வாங்கியதன் மிச்சத்தையும் குறிப்பவை அவை. இக்கவிதைகளில் நாகம் ஒரு வலிமையான மூதாய் அல்லது ஆதித்தாயின் குறியீடாக வருகிறது. கவிதை முழுவதும் நாகர் வரலாற்றில் துவங்கி இப்படி நகர்கிறது...

நேர் கோடு ஒன்று வளைந்தது
வளைந்த கோடு வெண் நாகமாகி நின்றது
நாகத்தின் கண்களில் இரண்டு
அரசிகள் பறந்து வந்தனர்
அவர்கள் நிலத்தை ஊதி சீராக்குகையில்
நாகத்தின் வால் - நட்சத்திரமானது
நாகத்தின் எலும்புகள் நகரங்களாகின

இப்படி நாகர்களின் புதைவிடங்களில் உருவான இன்றைய நகர நாகரிகத்தைக் குறியீடாக முன்வைக்கிறது இக்கவிதை.

உண்மை குறித்த ஏக்கம், வேட்கை தொடர்ந்து ஒலிக்கிறது. உண்மை என்பதை ஒருவித முற்றொருமையாக பாவித்தல் என்பது மதம் மற்றும் சமய நம்பிக்கையாக மாறிவிடும் தன்மை கொண்டது. இக்கவிதைகளுக்குள் ஒரு பழங்குடி சமயநம்பிக்கை உள்ளது. புராதன, ஆதி பழங்குடி சமூகத்தை ஒரு முற்றுமுதலானதாக (obsolute) பார்ப்பது ஒரு கற்பனாவாதமாகவே முடியும். அங்கும் மனிதகுல வளர்ச்சிக்கான வன்முறைகள் நிறைந்திருந்தன என்பதை மறுத்துவிட முடியாது. "சிறுநாகப்பூவாய் வெண்மையாய் / உண்மை பூக்கும் / அதுவே உலகை ஆளத் தகுதியானது" என்பதுபோன்ற முற்றொருமை சார்ந்த வரிகள் கவிதைகளில் காணக்கிடைக்கின்றன. எது உண்மை? எந்த உண்மை? என்கிற கேள்விக்கு இயற்கையே பேருண்மை என்கிற பதில் முன்வைக்கப்படுகிறது. எந்தவொரு பேருண்மையும் ஒரு குறிப்பிட்ட மக்களை வன்முறையால் ஒடுக்கும் என்பதை கவனத்தில் கொள்ள வேண்டும்.

"ஆயுத எழுத்தில் இருந்து எப்போதும்
மூதாதையர்களின் மண்டை ஓடுகள்
முன்னும் பின்னுமாக உந்தி
வாய்பொத்திய
காதுகளை அடைத்த
கண்களை மூடிய விரல்களோடு
உருளுகின்றன"

இக்கவிதையில் ஆயத எழுத்து என்பது கொன்று புதைக்கப்பட்ட

மூதாதைகளின் மண்டை ஓடுதான் என்ற தமிழ் எழுத்துரு குறித்த ஒரு வலிமையான படிமம் முன்வைக்கப்பட்டுள்ளது. 'முருகியம்' என்ற கவிதையில் ஒருவரி 'மீன்களின் அசைவுகளில் எழுத்துருக்களைக் கண்டறிந்தார்கள்' என்பது. மொழி எழுத்தாக மாறுவது குறித்த இவ்வரிகள் சிந்தனையைத் தூண்டக்கூடிய ஒன்று. வரிவடிம் என்பது மீனின் அசைவுகளாக கற்பனை செய்து பார்த்தால் அதன் அழகியல் தரும் பரவசம் முக்கியமானது. புராதன நோக்குநிலை (primitve gaze) என்பதன் வழி இவ்வாக்கியம் உருவானதாகக் கொள்ளலாம்.

'நிலைத்தல்' என்ற கவிதை பித்துமொழியில் எழுதப்பட்டுள்ளது என்றே சொல்லலாம். அல்லது பித்துமொழி என்பதைவிட முன்சொன்ன சந்நதத்தின் வெளிப்பாட்டில் வெளிப்படும் தொடர்பற்ற சிதறுண்ட கூற்று என்று கூறலாம். அதேபோல் காடுகளை அழித்துக் கட்டப்படும் மதிலுகள் பேசும் கவிதை 'மதிலுகளின் உதடுகள்'. ஓரிடத்தில் "பூமி சுற்றிவிடப்பட்ட நாணயமாகத் தள்ளாடுகிறது" என்ற வரியை வாசிக்கும்போது, பொருளாதார வலைப்பின்னலுக்குள் சிக்கிவிட்ட புவி குறித்த படிமம் ஒரு பெரும் கோட்பாட்டை எளிமையாகச் சொல்லிச் செல்கிறது. இப்படிப் பல வரிகளை எடுத்துக் காட்டலாம். மெய்யியலை (தத்துவங்களை) உள்ளடக்கியதாக உள்ள பல ஆச்சர்யமான வரிகள் ஆங்காங்கே சிதறியுள்ளன. வழக்கமாக ஓர்மை கொண்ட எழுதுதலில் காணப்படும் முழுமையோ, மையச்சொல்லாடலைச் சுற்றி எழுதப்படுதல் என்பதோ இக்கவிதைகளில் இல்லை.

இத்தொகுப்பில் உள்ள கொரோனா பெருந்தொற்று பற்றிய கவிதைகள் இரண்டு வகைகளில் மிக மிக முக்கியமானவை. ஒன்று தீநுண்மியின் பொதுவான சமூகத் தாக்கத்தைச் சொல்வது. இரண்டு தீநுண்மி ஒரு உடலிற்குள் உருவாக்கும் வலியும், பாதிப்பும் குறித்தது. ஒரு கவிஞராக தேன்மொழி தாஸ் தனக்குள் சென்று தன்மீது நிகழ்ந்த கொரோனா தீநுண்மியுடன் நிகழ்த்திய போராட்டத்தையும் அது உருவாக்கும் வலிகளைச் சொற்களாக்கி அதற்கான ஒரு மொழியை உருவாக்கியுள்ளார் என்றே சொல்லலாம். உடலை 'தீக்காளான்கள் கிருமிகள் ஆளுகின்றன...' என்று அவற்றின் ஆளுகின்ற தன்மையை மிக மிக நுட்பமான தனது நுண்ணிய விவரிப்புகள் மூலம் வாசிப்பாளருக்குள் உணர்வாக உருவாக்க முயல்வது அசாத்தியமான ஒன்று.

கிருமிகளின் இறையாண்மைக்குள் சிக்கிவிட்டது இவ்வுலகு என்றாலும், கிருமிகள் அனுமதித்த உலகில்தான் வாழ்கிறோம் என்பதை தனது இயற்கை சார்ந்த அரசியல்வழி வெளிப்படுத்துகிறார். அந்த உணர்வு எப்படி உள்ளது என்றால் "...மூளையை குழந்தையாய் கையிலெடுக்கிறேன் குழைத்த சாம்பல் சங்காய் புன்னகைக்கிறது" குழைத்த சாம்பல் சங்கு என்பது வாசிப்பவர் மனதில் படிமமாகும்போது ஓர் உடல் தனது இயக்கத்தை உள்ளுணரும் தன்மை புரிபடுகிறது. மற்றொரு இடத்தில் " ஓய்வெடுக்கத் தெரியாத மீன்தான் மூளை" என்று எழுதும்போது, மூளை ஒரு மீனைப்போல இடைவிடாது இயங்குவது உருவகமாக்கப்படுகிறது. இங்கு கவிதையுரு மூளையைக் கையில் எடுத்துப் பார்க்கிறது. இந்தக் கற்பனை ஒரு நவீன ஓவியம் போன்றது.

தீநுண்மி உடலின் வலியை உருவாக்கினாலும் அது தரும் உயிர்வலி பற்றி இத்தொகுப்பில் உள்ள கவிதைகள் ஏற்கனவே சுட்டியதைப்போல முக்கியமானவை.

> "தீநுண்மிகள் சிலந்திகளாய்
> நரம்புகளுக்குள் ஊர்ந்து செல்கையில்
> முடிச்சிடப்பட்ட துணிப்பை இந்த தேசம்
> மற்றொரு தேசத்திற்கு"

'முடிச்சிடப்பட்ட தேசம்' என்பது ஊரடங்கு குறித்து சொல்லப்பட்டது என்பதை விளக்க வேண்டியதில்லை.

> "ஒவ்வொரு அவயங்களும் தனித் தனி உயிர்
> ஒவ்வொரு வலியும் விசித்திரப் பயிர்"

புலன்களின் இணைப்பு சிதைந்து உடல் ஒரு அங்கக (organic) உயரியிலிருந்து, அனங்கக (inorganic) உயிரியாக மாறிவிட்ட நிலை. மூளையின் ஒருங்கிணைப்பிற்குள் ஒரு உடல் இல்லாமல் சிதறலாகச் சிதைந்துவிட்ட நிலை.

> "உடலை ஒரு பொருட்டாக எண்ணாத உயிர்
> உள்ளிருந்து எழுப்பும் தர்க்கத் தாண்டவம்"

உயிரும் உடலும் பிரிந்துவிட்ட நிலை, உள்ளில் நிகழும் தர்க்கத்

தாண்டவம் என்பதெல்லாம் அந்த வலியை மொழியாக்கும் சொற்கள்.

“நீலத் தீப்பிஞ்சு உயிர்
கண்ணற்று நீந்துவதும்
காதற்று அலறுவதுமாய்
வாழ்நாள் முழுவதும் பசித்த தேகமுமாய்
நம்முள்ளே உலவுகிறது”

இப்படி உயிர்த்தலும் மரணமும் மாறிமாறி உடலுக்குள் நிகழ்த்தும் அத் தீநுண்மியின் ஆட்டத்தைச் சொற்களுக்குள் பொதிந்து தருகிறார் தேன்மொழி தாஸ்.

‘மரணம் சுவாசக் காற்றின் சுழல் நடனம்’ என உயர்வாழ்தலின் வாதையைத் தொடர்ந்து கூறும் இக்கவிதைகள் உயிர் குறித்து முன்வைக்கும் இந்த மொழிப்படிமம் அசாத்தியமான கவித்துவத்தை வெளிப்படுத்துவதாக உள்ளது. அதாவது, ‘உயிர் அருந்தவச் சுடர்’ என்ற வரி வாழ்தல் இனிது, உலகின் ஆகப்பெரும் இன்பம் வாழ்தலே என்பதையும் அதன் இனிமையையும் இந்தச் சொல்லாக்கமே ஓர் உணர்வுப்படிமமாக மூளையில் பதிந்துவிடுகிறது.

“எவ்வுயிரின் கண்களும் உண்மையில் கால்களை விட அதிகம் நடக்கின்றன” சாதாரண வாழ்வில் புலப்படாதவற்றை நுட்பமாக கவனம் கொள்ளச் செய்வது இலக்கியத்தின் பணிகளில் ஒன்று. இவ்வரியில் ‘உண்மையில்’ என்ற சொல் இதன் அழகை குறைப்பதாக உள்ளது. கால்களைவிட கண்கள் அதிகம் நடக்கிறது என்ற கண் குறித்த படிமம் தினவாழ்வின் நமது அனுபவத்தில் காண மறந்த ஒன்றைக் காட்டித் தருகிறது. கால்களுக்கு முன்பாக கண்கள்தான் நடந்து நம்மை அழைத்துச் செல்கிறது.

மதங்கள் முன்வைப்பது சொர்க்கமல்ல இதுதான் சொர்க்கம் என்று இயற்கை சார்ந்த மதம் ஒன்றைப் பேசுகிறது இவ்வரிகள்.

“எல்லா ஈர்ப்பு விசையும் காந்தமுடியாய் நீள்வதும்
எதிர்காலத்திற்குள்ளேயே காற்று
இடறி இடறி வீசுவதும்

கனவுகள் மீன் முட்டைகளாய் பொரிப்பதும்
வானத்தின் முழங்கால் நிலவாக மடங்குவதும்
இரவின் இதயம் வகைவகையான பூச்சிகளின் ஓசையாக இயங்குவதும்
சொர்க்கமின்றி வேறென்ன”

“இயற்கை தான்
காட்டுத்தனமாக சொர்க்கம்
ஆதிகாலத்தில்
உலகின் தாய்களாய் இருந்தவை
சகல உயிர்களின் மனமின்றி வேறென்ன”

தர்க்கரீதியாக மனம் என்ற ஒன்று உயிர்களுக்கு முன்பு இல்லை. ஆனால், இலக்கியத்தின் கவித்துவம் அதர்க்கத்தில்தான் வேர்கொள்கிறது. ஒழுங்கை மறுப்பதும், ஒழுங்கின்மையை நோக்கி நகர்வதும், விதிகளை விலக்குவதும், விலக்குகளை விதிகளாக்குவதுமே இலக்கியத்தின் சமூகப் பணி என்ற வகையில், இந்த அதர்க்கத்தை அனுமதிப்பதால், அது கவித்துமாக மாறுகிறது. ‘காட்டுத்தனமான சொர்க்கம்’ என்ற சொல்லாட்சியில் வெளிப்படும் ஒரு அதீத உணர்வு முக்கியமானது. காட்டுத்தனமான என்ற சொல் இரண்டு பொருளில் நிற்கிறது. ஒன்று காடு என்ற பொருளிலும், மற்றது அதீதம் என்ற பொருளிலும். காரணம் இவரது உள்ளுணர்வில் உள்ள ஒரு கவித்துவ அழகியல் பரிமாணம் காடும், காடு சார்ந்த இடமும் மற்றும் மலையும் மலைசார்ந்த இடமும்தான்.

இத்தொகுப்பிற்கு முன்னுரை எழுதித் தரும்படி கேட்ட நண்பர் புது எழுத்து மணோன்மணி அவர்கள் இது அரசியல் கவிதைகள் தோழர் அதனால் உங்களிடம் முன்னுரை கேட்பதாகச் சொன்னார். தோழர் கூறியதைப்போல இத்தொகுப்பில் சூழல் சார்ந்த அரசியல் மட்டுமின்றி, உலகமய அரசியல், பாசிசமயமாகிவரும் இந்துத்துவ மதவாத அரசியல் குறித்தும் சில கவிதைகள் உள்ளன. குறிப்பாக மதவாத அரசியல் குறித்து ‘தேசத்தை மதவாதம் பிசைகிறது’ என்று எழுதுகிறார். உண்மையில் மதவாதம் இன்று நீக்கமற நிறைந்துவிட்ட ஒரு சூழலை வெளிப்படுத்தும் கவிதைகள் இதில் குறிப்பிடத்தக்க அளவிற்கு உள்ளன. ‘நாடு’ என்ற கவிதை இத்தகைய கவிதைகளுக்கான

ஓர் உள்ளடக்க மாதிரி.

நாடு
சுரண்டப்பட்ட பூர்வகுடிகளின் காடு
நகரம்
வேறு என்ன
மழுங்கடிக்கப்பட்ட மக்களின் மனநிலை
அரசு
திருடன் கையில் அகப்படும்
தங்க வாள்

இதுபோன்ற கவிதைகள் எளிமையாகச் சொல்லவந்த கருத்தைச் சொல்லிவிடுகின்றன. இன்றைய மதவாத பாசிசத்தின் குறி இலக்கு இங்குள்ள பூர்வகுடிகள், தலித்துகள், சிறுபான்மையினர்தான். பரதகண்டம் என்ற பாரம்பரியமிக்க பெருமைமிகு நாடு நாகர்களை ஒழித்த வரலாறே மகாபாரத காண்டவ வன எரிப்பு என்பதும், கிருஷ்ணன் நாகத்தின் தலையில் ஆடிய நாட்டியமும். இத்தொகுப்பின் அரசியல் கவிதைகளில் இந்த ஆதிக்குடிகளின் அதிகாரத்துவ பாசிச, எதேச்சாதிகார எதிர்ப்பு என்பதன் நவீனக் குரலைக் கேட்க முடிகிறது. ஒடுக்கப்பட்ட, நிராகரிக்கப்பட்ட, விலக்கப்பட்ட, அடக்கப்பட்ட மக்களின் குரல்கள் முணுமுணுப்பாகவும், ஆங்காரமாகவும், ஓலமாகவும், பரிதவிப்பாகவும் இக்கவிதைகளின் நெடுக கேட்க முடிகிறது.

"புனைவு தேசத்தின் விதி" என்ற கவிதை எப்படி புராணங்கள், இதிகாசங்கள் என்ற புனைவுகள் வழியாக இந்த தேசத்தின் விதி எழுதப்பட்டுள்ளது என்பதை மிக நுட்பமாக தனது நுண்கதையாடல் வழியாக வெளிப்படுத்துகிறது.

"நமது தேசத்தின் சதையை யாரோ உணவாக உட்கொண்டு விட்டார்கள்
எலும்புகளோ நூலாக சிலர் குறுமுதுகுகளின் குறுக்கே கிடக்கிறது
இப்படியான விசித்திர விதியில் தான்
தேசம் ஆட்கொள்ளப்பட்டிருக்கிறது"

எலும்புகள் நூலாக திரிக்கப்பட்டு முதுகில் கிடக்கிறது என்பதிலும்

நூல் என்பது இரட்டைப் பொருளில் வருகிறது. வரலாற்றைத் திரித்த புனைவு நூல்கள்தான் (புத்தகங்கள்) அந்த முதுகில் குறுக்கே கிடக்கும் நூல்கள் (கயிறுகள்). மேலும், நீள்கிறது கவிதை...

"ஆன்மமற்ற இதிகாசத்தின் நாயகன்
ஓரிடத்தில் பிறந்ததாக நிலம் புரட்டப்படுகிறது
எழுப்பப்பட்ட கட்டிடங்கள் இடிக்கப்படுகின்றன
எழுதப்பட்ட இருட்டு பகலாக உருட்டப்படுகிறது
இதிகாசத்தின் பொருட்டு மொழியும்

அதன் மூல நடுகற்களும் மாற்றப்படுகின்றன
தேசத்திற்கு தேசம் மொழி பகையாகிறது
இயற்பேரறிவு கொண்ட வீரன்
புனைவு வில்லனாகிறான்"

இந்தத் தலைகீழாக்கம் மொத்த சமூகத்தையும் புனைவு விதிகளுக்கு ஆட்படுத்திவிட்டது. இதுவே இன்றைய இந்தியச் சமூகத்தின் எதிர்விதியாக மாறிவிட்டது. முழுக்கவிதையை வாசித்தால் இந்தப் புனைவு குறித்த ஒரு உக்கிரமான மொழியாடலை வாசிக்க முடியும். "வினோத தேசம் மனிதர்களை / விலைமலிவாக்குகிறது" இதைவிடவும் தற்கால அரசியலை தெளிவாகச் சொல்லிவிடமுடியாது. ஓரிடத்தில் புரட்சி, போராட்டம், எதிர்ப்பு என்பது புவியின் ஆதிவேரில் வெடித்துக்கிளம்பும், நீரின் எழுச்சியின்முன் எல்லா அதிகாரமும் அழியும் என்று பேசும் குரல், பிறிதொரு இடங்களில் மூதாதைகளின் சபிக்கும் குரலாக ஒலிக்கிறது. "மரங்கள் மூதாதையர்களின் கருவிழிகள்" என்பதால் இந்தப் பேரழிவுகளை, மதவாத பாசிசத்தை இயற்கை உற்று கவனிப்பதான படிமம் உருவாகுகிறது.

"எதன் மீதும் குரல் எழுப்புகிறது காற்றின் ஆன்மா
எந்தப் புகாரும் இன்றி
நிலம்
யாவற்றையும் யாவருக்காகவும் சகிக்கிறது"

என்று போராட்டமும், சகித்தலுமாக இந்தக் குரல் மாறி மாறி ஒலிக்கிறது. மந்திரங்களாக உள்ளிறங்கும் மொழிவழி இந்தப் போராட்டம்

எதிர்கொள்ளப்படுகிறது இக்கவிதைகள் வழியாக. ஆதிக்குடிகளின் உணர்வுகள் புதையுண்டு கிடக்கிறது. அது கிளர்ந்தெழும் ஒரு மந்திரமாக. இவற்றை அவை அழிக்கும் என்கிற நம்பிக்கையைப் பேசுகிறது.

குறிப்பாக பழங்குடிப் பெண் குரலாக ஒலிக்கும் பெண்ணியக் கவிதைகள் வழக்கமான பெண்ணுரிமை கவிதைகளில் தனித்து ஒலிப்பதாக உள்ளது. அதிலும் காமம் என்பதை எழுதிக் காட்டும் விதம் மிகவும் வித்தியாசமானது. 'தாய் திணை' என்ற கவிதை விரிவாக வாசிக்கப்பட வேண்டிய கவிதை. அதன் நுட்பம் ஐந்திணை சமூகம் என்ற தமிழ் வரலாறு ஆணியத் தன்மையுடன் எப்படி பெண் ஒடுக்குதலை உருவாக்கியது என்கிற வரலாற்றைப் பெண்ணிய நோக்கில் பேசுகிறது. காமம் என்பது எப்படி தமிழ் பெண்ணுடலில் (ஐந்திணை அதிகாரத்தைக் கையில் வைத்திருந்த) ஆணின் ஐவகை குற்ற உணர்வால் கட்டப்பட்டது என்பதைச் சுட்டுகிறது.

"காமமே அரசாட்சியின் மனக்கண்ணாடி" என்று அதிகாரத்தின் ஆணிவேரை (ஆண்வேரை) அகழ்ந்து காட்டும் இக்கவிதை "அன்பே ஆக்கும் கலை" ஆனால், அன்பை காமம் காவுகொள்கிறது என்பதைத் தொடர் கூற்றுகள் வழி விளக்குகிறது.

> "காமத்தால் அடிமையாக்கப்பட்டதே தாயகம் (தாய் அகமும்)
> தாயின் காமத்தின் மீது பூசப்பட்டதே வர்ணம்"

இந்த வரிகள் மிக வலிமையான ஒரு மாற்றுக் கருத்தியலை முன்வைக்கிறது. வர்ணம் தாயின் காமத்தின் மீது பூசப்பட்டது என்பது காமம் தந்தை வழி அதிகாரத்தின் தொழில்நுட்பமாக மாறியது என்பதை விவரிக்கிறது. அன்பின் ஐந்திணை என்ற காதல் வாழ்வு, ஆணாதிக்க அதிகாரத்தால் காமத்தின் ஐந்திணை குற்ற உணர்வாக கட்டப்பட்டு, காமம் என்ற காமஉந்த ஆற்றலைக் (libidinal energy) கொண்டு சமூகத்தைக் கட்டமைத்த கதையாக இதனை வாசிக்க முடிகிறது. 'லிபிடனல் எக்கானமி' என்கிற காமஉந்தப் பொருளியல் குறித்த நவீன கோட்பாடுகள் காமம் எப்படி பண்பாட்டை, வரலாற்றைக் கட்டமைக்கிறது என்பதைப் பேசுகின்றன. இதைத்தான் ஓர்மையற்ற நிலையில் வெளிப்படும் சந்நத நிலை அல்லது பித்துநிலை என்று மேலே குறிப்பிட்டேன். ஆனால் அவரது கூர்மையான மொழிவழி பெறப்பட்ட

நுண்திறன் உருவாக்கும் ஓர் ஓர்மையற்ற, மொழிவயப்பட்ட நிலையில் இவை வெளிப்படுகிறது என்ற ஊகிக்க இடமுண்டு. படைப்பின் உன்னதம் இப்படியான மொழிவயப்பட்ட நிலையிலேயே சாத்தியம். பொதுவாக, இதைப் புரியாத படைப்பாளர்கள் தன்னை ஒரு உன்னத சாமியாடியாக, உள்ளொளி பெற்ற மாந்திரீகராக, தீர்க்கதரிசனம் பெற்ற தீர்க்கதரிசியாக கற்பிதம் செய்து கொள்வது என்பது நிகழ்ந்துவிடுகிறது. அந்த கற்பனையே அவர்களைப் பல்வேறு அபத்த வாக்கியங்களை, ஆப்த வாக்கியங்களாக உளற வாய்ப்பளித்து விடுகிறது.

“காமம் நீதிக்கு நேர்நஞ்சு
பெண்ணிடம் வலுவாய் வலிந்து திணிக்கப்பட்ட முடிவில்லா போர்
ஆணின் ஐவகைக் குற்றவுணர்வு”

என்று தொடரும் இக்கவிதை காமம் குறித்து வந்த வலுவான முக்கியமான ஒரு உடலரசியல் சார்ந்த கவிதை. இப்படியான பல கவிதைகளை தேன்மொழி தாஸிடம் வாசிப்பது ஒரு வாசிப்பாளனாக, திறனாய்வாளனாக, கோட்பாடுகளில் ஆர்வம் உள்ளவனாக பெரும் மகிழ்வைத் தருவதாக உள்ளது என்பதை பதிவது அவசியம்.

இறுதியாக, திருமொழி என்றொரு கவிதை இத்தொகுப்பு கவிதைகளின் ஒரு வடிவ-மாதிரி. இதில் மேற்சொன்ன அனைத்து மையக் கருத்தாக்கமும், கவிதைகளின் உள்ளடக்க அரசியலும், கவிதைகள் குறித்து ஒரு ஆசிரியாக அவர் நம்பும் திருமொழி என்கிற கருத்தும் வெளிப்படுவதைக் காணலாம்.

“எந்தெந்த தெய்வங்களின் வரலாறு
மறைக்கப்பட்டதோ
எந்தெந்த தெய்வங்களின் வரலாறு பொய்யாக உருவாக்கப்பட்டதோ
எந்த ஆற்றின் வழி மாற்றப்பட்டதோ
அதே நிலத்தில்
அதே ஆற்றின்
மணல்பால் பருகி
நடுகல் நெற்றியில் நன்னீர் தெளித்து
குலம் செழிக்கக் குலவையிட்டு
திணை நிலங்களின் வேர்கொண்டு

திருமந்திரம் படைத்து
வளரியும் வாளும்
பறையும் தமருவும் அதிர
நீங்கள் ஆடி நிலைத்த நிலத்தில்
நம் உயிர்ப் பாடல்கள் இருக்கின்றன"

இதற்கு விளக்கம் தேவையில்லை. தனது கவிதைகளை ஒரு உயிர்ப் பாடல்கள் என்பதாக கற்பிதம் செய்து கொள்வது அவரது கவித்துவ உள்ளாற்றலை வலுவானதாக மாற்றுகிறது. அங்கிருந்து சொற்கள் பீறிடுகிறது. அவரது கவிதைகளை வாசிக்கும்போது ஏற்படும் ஆச்சர்யம் அவர் திட்டமிட்டோ, ஒரு குறிப்பிட்ட பார்வை நிலையிலோ எழுதுவதாகத் தெரியவில்லை. மொழி ஒரு காட்டு மிருகத்தைப்போல அவரை அடர்ந்த காட்டிற்குள் இழுத்துச் செல்கிறது. அக்கனவுலகில் இருந்து நனவுலகிற்கு வருவதும், போவதுமான ஒரு ஆட்டமாகவும் அதுவே அவரது வாழ்தல் பரப்பாகவும் உள்ளது.

இந்த முடிவுகளுக்கு ஆதாரமாக, அவர் தனது கவிதைகள் குறித்து வெளியிடும் இரண்டு அறிவிப்புகளுடன் (பிரகடனங்களுடன்) இதனை முடிக்கலாம்.

"வினோத மூச்சின் அறைகளையே உடலாகக் கொண்ட
அல்லிக் கொடிகளைத் தீண்டும் போது
மந்திரமிக்க சொல்
நீரிலிருந்து பிறப்பதைப் படித்திருக்கிறேன்"

அவரது மொழி மந்திரமிக்க சொல்லாக எப்படி வெளிப்படுகிறது என்பதை மேற்கண்ட வரிகள் விளக்குவதாக உள்ளது. அவரது உடலே ஒரு மந்திர உடலாக மாறிவிடுகிறது என்பதான ஒரு உன்மத்த நிலையை அவர் அடைவதான எண்ணம் அவரது கவிதைகளின் காட்டுத்தனத்தைச் சொல்வதாக உள்ளது.

அடுத்து, "நித்தியத்துவமான வழக்காடும் சொற்களை இப்படித்தான் படைத்தேன்" என்று ஒரு வரி உள்ளது. இதனை வடமொழியில் 'வித்தியா கர்வம்' என்பார்கள். சித்தமும், பித்தமும் கலந்த இந்த 'வித்யா கர்வம்' அவரது சொற்களை நித்தியத்துவமானது என்று

வழக்காடுகிறது. நித்தியம், அநித்தியம் என்ற மெய்யியல் (தத்துவம்) சார்ந்த சொல்லாடல்கள் குறித்து நிறையப் பேசலாம். ஆனாலும், மார்க்சியம் 'மாற்றம் ஒன்றை தவிர மாறாதது ஏதுமில்லை' என்கிறது. எல்லா நித்தியமும், அநித்தியமே. அதை ஆதிக்க சக்திகளின் பெருங்கதையாடல்களே (meta narrative - கதைகளை உருவாக்கும் பெருங்கதைகள்) தீர்மானிக்கிறது என்கிற புரிதல் முக்கியமானது. இதனை பௌத்தம் 'பிரதித்ய சமுத்பாதம்' என்கிறது. பிரபஞ்ச இயற்கை நிலையாமையுடன் ஓயாமல் மாறிக்கொண்டிருப்பது என்கிறது. ஆகையால் நித்தியத்துவம் என்பது ஒரு கற்பிதமே. அநித்தியமே நித்தியமானது என்ற இயங்கியல் புரிதல் மெய்யியல் அடிப்படையில் அவசியமானது.

இறுதியாக, இத்தொகுப்பு குறித்த எனது வாசிப்பை தொகுத்து முடிக்கலாம். வாழ்தல் இவருக்கு எப்படி உள்ளது என்பதை இந்த வரிகள் சொல்கிறது "சொல்லின் காட்டு வேர்களில் இப்படித்தான் வாழ்வைக் கடக்கிறேன்". சொல்லின் வேர் என்பது சாதாரண வேர் அல்ல காட்டு வேர். இதிலும் காடு என்பது காடாகவும், காட்டுத்தனமாகவும் உள்ளது. இப்படி இயற்கையில் வேர் கொண்ட சொற்களைக் கவிதை எனும் பிரதியாக நெய்கிறார். ஒரு பழங்குடி காட்டு மூங்கில்களில் முடையும் அழகானதொரு கூடையைப் போல. அவரிடம் ஒரு அசாத்தியமான ஒரு உள்ளுணர்ச்சி இயற்கை சார்ந்து அமைந்திருக்கிறது. அந்த உள்ளுணர்ச்சியை அவர் தனக்குள் பொதிந்த மூதாயின் குரலாக வெளிப்படுத்த முனைந்துள்ளார். என்றாலும், பலவித பொருண்மைகளைத் தரக்கூடிய விகசிப்புகளை உள்ளடக்கிய இக்கவிதைகள் தமிழில் முக்கியமானவை என்பதை மறுப்பதற்கில்லை. இவரது கவிதைகளில் காணப்படும் மெய்யியல் கூறுகளை, கோட்பாட்டு பார்வையில் வாசிப்பது, தமிழின் ஒரு பழங்குடிப் பாடல் மரபு கிளைத்த கதையைப் புரிந்துகொள்ள உதவலாம். அதை மற்றொரு வாய்ப்பிற்கு நகர்த்திவிட்டு முடிக்கலாம்.

- ஜமாலன்

jamalan.tamil@gmail.com

திருநாகேஸ்வரம்

30.11.2021

1. ஆள்காட்டி விரல்

•

நாட்டைப்
பழம் பிசினாக நினைத்தால் எப்படி
மேகத் தீவாக எண்ணி
கலைக்க நினைத்தால் எப்படி
குடிகள் ஒற்றுமையின்றி
ஆமணக்கு விதையாய்
வெடித்துச் சிதற வேண்டும் என்று
எண்ணம் கொண்டால் எப்படி

வர்த்தகன் தேசம் ஆளும் புலத்தில்
கல்லீரலுக்குள் ஈயச்சூடு படும் மக்கள்
இறுக்கமாய் கதவடைத்து
ஆள்காட்டி விரல் பார்க்கிறார்கள்

ஆள்காட்டி விரல் தெய்வம்
ஆள்காட்டி விரல் மதம்

ஆள்காட்டி விரல் சாதி
ஆள்காட்டி விரல் தான் அதிகாரம்

ஒரு நதியை இழுத்து கிழவி அணிகிறாள்
ஆள்காட்டி விரல் தான் நிகழ்காலம்

வசிப்பது கறி உப்பில்
அழுவதோ இரத்தச் சிறகில்

நடப்பதோ வெட்பாலைப் பிசுபிசுப்பில்

தேசத்தின் வாய் எது தோழர்களே!
இதிகாசப் புனைவுகள்

தேசத்தின் வாய் இதிகாசப் புனைவுகள்
என்பது புழுக்கமான உண்மை
இன்னும் அந்த உதடு கிழிக்காமல்
வாழை நீராகிறோம்

வழி வழியாய் கேள்விகளே
பிள்ளைகளாய்ப் பிறக்கின்றன
தூர் வார இன்னும் இருக்கிறது ஆழம்

ஆதிக் கண் நீர்ப்பாறை
தீங்கு பூவினும் மெலிதாய் பூக்கும்
தோழர்களே

பிறவித்துயர் ஒழித்து
மனதை அசைத்து
நிலத்தை முரசாக இசையுங்கள்

ஆள்காட்டி விரலைச் சந்தியுங்கள்

பரிசுத்தம் என்று ஏதுமில்லை

பிறப்பின் இயல்பு அதனிலும் மேலானது
பூர்வீகம் அடர்ந்த காட்டு ஆழம்
•

13.3.2021
12:13 am

2. காலைக்கு சுடுகாட்டுச் சாம்பல் என்று பெயர்

•

நாகரிகமான சாலையின் மத்தியில்
படுத்திருக்கிறான் குடிமகன்

மக்களாட்சி உதித்த நாட்டில்
பொருளாதாரம்
மக்களின் வெந்த குடலில் உற்பத்தியாகிறது

நாடகத்தனமான ரத்தம்
நாடு முழுவதும் பாய வேண்டும்
என்பது அரச கோட்பாடு

கசங்காத ரொட்டித் துண்டுகளும்
நசுங்கிய மனித உடல்களும்
ஒரே தண்டவாளத்தில் சிதறிக்கிடக்கின்றன

இதன்வழியாகவே
நாட்டின் கடவுள் வாழ்த்தை மிஞ்சும்
வறுமையின் பாடல்களை
எம்மக்கள் பாடிச் சென்றனர்

வெந்த சுண்டலிலும்
வேகாத நெல்லிக்கனியிலும்
புன்னகைத்தனர்

உயிரைக் குப்பிகளில் அடைத்துவிட
அதிகாரம் வழங்கப்பட்டு விட்ட நாட்டில்
வறுமையின் தண்டுவடப் பள்ளத்தில்
வாழப் பழகிய தேசத்தில்

காற்றுக்கு நோய் என்று பெயர்
காலைக்கு சுடுகாட்டுச் சாம்பல் என்று பெயர்
•

7.5.2020
8:20 pm

3. தாய் திணை

•

உயிரழுத்தம் கூடிக்கொண்டது

ஒருத்தி என்ற சொல்லை
ஐந்திணை மண்ணோடு பிசைந்து பார்க்கிறேன்

ஐவகைக் குற்றவுணர்வுகளோடு
ஆண் வர்க்கம் பெருமையுடன்
உருக்கொள்கிறது

ஏகாதிபத்தியத்தை பெண் யானை மீது
விட்டு விரட்டி தன் கூட்டத்தையே அழித்து
வனத்தில் சமத்துவத்தை சீர்குலைக்கும்
ஆண் யானை

கருணையோ கண்ணுக்கு எட்டும் நிம்மதி
அதனை

சிலம்பன்களின் கூட்டில் மணிக்குயில்
உயிர்கொள்ளும் போதும்
காட்டுப் பூனைகள் சிச்சிலம்பு ஒலியில்
வால் முறுக்கி ஆடும் போதும்
பெருகுவதைக் கண்டிருக்கிறேன்

அன்பே ஆக்கும் கலை

காமத்தில் கலைவது கலையாகாது
காமத்தின் சூழ்ச்சியே
எங்கும் வியாபித்திருக்கிறது

காமத்தால் அடிமையாக்கப்பட்டதே தாயகம் (தாய் அகமும்)
தாயின் காமத்தின் மீது பூசப்பட்டதே வர்ணம்

காமத்தால் அனுசரிக்கப்பட்டதே தேசம்
காமத்தால் துண்டாடப்படுவதே வர்க்கம்
காமத்தால் வரையப்பட்டதே எல்லைக் கோடுகள்
காமத்தால் வீழ்த்தப்படுவதே வரலாறு

காமமே அரசாட்சியின் மனக்கண்ணாடி

காமத்தால் ஒடுக்கப்பட்டதே கிராமங்கள்
காமத்தால் பிரிக்கப்பட்டதே நாடுகள்
காமத்தால் விரிவாக்கப்பட்டதே சாதிகள்
காமம் குற்றவுணர்வுகளின் குரூரத் தகப்பன்

காமத்தின் படிக்கட்டுகளே
ஞானத்திற்கான வழி

காமம் கண்ணின் விதி

மனதின் எதிர்நிலை

வீழ்த்தமுடியாத சுயநிலை

காமம் உறவுகளின் எமநாவு

காமம் நீதிக்கு நேர்நஞ்சு
பெண்ணிடம் வலுவாய் வலிந்து திணிக்கப்பட்ட முடிவில்லாப் போர்
ஆணின் ஐவகைக் குற்றவுணர்வு
•

5.1.2021
03:13 p.m.

4. தேசத்தின் மீது நூலாம்படையாய் அதிகாரம்

•

மழைக் காலம் செயலிழந்து விட்டது

இதயத்தை நாட்காட்டியாக சுவரில் அறைந்து கொண்டேன்

அதற்கோ இரவும் பகலும் ஒரே வட்டமாக இன்றி
விம்முறுதலாக இருக்கிறது

ஒளிப்படுத்த முடியாத காதலுக்கும்
செவியுணர்வுக்கு அப்பாற்பட்ட மாயைக்கும் மத்தியில்
கடுமையாக ஒடுக்கப்பட்டேன்

எதிரிகளோ நண்பர்களோ கருணை மிக்கவர்களோ உலவும்
வீதியை
கற்பனையில் காணும் காணுதல்
கலீரென்று இறுக்குகிறது

தேசத்தின் மீது நூலாம்படையாய் அதிகாரம் பழமை
போர்த்துகையில்
தீக்கொழுந்துகளை நடுதல் தேவையாகிறது

உலகில்
ஆயிரமாயிரம் ஆயுதங்களைக் கண்டேன்
அவற்றில் அஞ்சத்தக்க ஆயுதம்
மதம் என்று துணிந்து சொல்வேன்

கள்ளாதாரமாய் வரலாறுகளைப் புரட்டி தேசமே வெளியிடும்
வேளை
பழங்குடி மக்களின் போர்ப் பாடல் அதிரும்

ஆலங்கட்டிகள் பெய்த இரவொன்றினை
குழந்தையாகத் தூக்குகிறது மனசு
அதனுள்
பாட்டனின் நிலம்
பச்சைப் பட்டாணி யாய் திரண்டு கிடக்கிறது

சகலமும் குரலில் தொங்கிக் கொண்டிருக்கையில்
உலகின் தசையை உலுக்கி
அதனுள் தீர்ப்பை எழுதவேண்டும்

ஒரு நோய்மைமிக்க வெறுப்பு
ஆட்சியாக இருப்பதை
வல்லமைமிக்க பூர்வீகன் வீழ்த்துவான்

ஒரு பனிக்காலத்தில் எல்லாம் செயல்படும்
•

27.10.2020
10:10 pm

5. திருமொழி

•

அழிவுக்கு அப்பாற்பட்ட ஒன்று இருக்கிறது

அநாதிகாலம் முதல்
அங்கிருக்கிறோம்

எந்தெந்த தெய்வங்களின் வரலாறு
மறைக்கப்பட்டதோ
எந்தெந்த தெய்வங்களின் வரலாறு பொய்யாக
உருவாக்கப்பட்டதோ
எந்த ஆற்றின் வழி மாற்றப்பட்டதோ
அதே நிலத்தில்
அதே ஆற்றின்
மணல்பால் பருகி
நடுகல் நெற்றியில் நன்னீர் தெளித்து
குலம் செழிக்கக் குலவையிட்டு
திணை நிலங்களின் வேர்கொண்டு
திருமந்திரம் படைத்து
வளரியும் வாளும்
பறையும் தமருவும் அதிர
நீங்கள் ஆடி நிலைத்த நிலத்தில்
நம் உயிர்ப் பாடல்கள் இருக்கின்றன

இன்னும் ஆழமாகச் செல்ல வேண்டும்
அழிவுக்கு அப்பாற்பட்ட ஒன்று
அங்கேயும் இருக்கிறது

மறைபொருள் காணாது மாய்வோமோ

தேசத்தில் அரசு
தனது திருகுதாளத்தை
மதத்தின் குச்சியால் அடிக்கலாம்
ஆயினும்
மக்கள் தேசத்தின் ஆணிவேரை
ஆயுதமாக ஏந்தி
நீதியால் நிலைநிறுத்துவார்கள்

எத்தனை சமயங்கள் தோன்றி மறைந்தாலும்
சித்தத்தின் சீவ நாடி
நிலத்தில் மறைந்து மரத்தில் பேசும்
மரத்தில் மறைந்து கல்லில் கதறும்
கல்லில் மறைந்து சொல்லில் சுடரும்
சொல்லில் சுடர்ந்து காலத்தில் சுழலும்

அழிவுக்கு அப்பாற்பட்ட ஒன்று
அங்கேயும் இருக்கும்

இயற்கையின் உட்கருவில் சித்தமாய்
இருப்பது மொழி
ஆதித் திருமொழி
•

24.2.2020
12.25 pm

6. "போராட்டம் எப்போதும் நிகழும்"

•

வெண் குருதியணுக்களில் இருந்தும்
சொற்களைப் படைத்தல் அவசியமாய் இருக்கிறது
எதிர்க்கும் சக்திமிக்க குரல்கள்
என்னிலிருந்து எழவேண்டும்

எனது நெஞ்செலும்புகள் புடைக்கும் போது
அவை உச்சரிக்கும் வார்த்தைகள்
"போராட்டம் எப்போதும் நிகழும்"

சீராக இருப்பதனால் சூரியன் மனம் குழம்பிக் கொள்வதில்லை
வெளிர் மேகங்களுக்கு ஆயிரமாயிரம்
நிறநினைவுகள் பரிசளிக்கிறது

பர்வதங்களைத் துருவி எடுத்த
பனிச்சீவல்களை நாம் தியானித்தால்
அவைகளும் உச்சரிக்கும்
"போராட்டம் எப்போதும் நிகழும்"

சமயவாதிகளின் தராசில் “வெறி”
நடுமுள்ளாக இருக்கையில்
சமத்துவத் தட்டு நடுங்கும்
அநீதிகளை நிறுத்துக் கட்டுவார்கள்

ஆறுகள் தனது பாதையின் ரேகைகளை
நீரின்றி நிர்வாணமாய்
காட்டும் காலத்தைப் படைத்து விட்டார்கள்

பூமியின் உள்ளழகை
இலட்சக்கணக்கான உயிர்களை
மூதாதையர்களின் ஞானத்தை
மந்திர சஞ்சீவி மூலிகைகளின் புலத்தை
மரங்களின் குரல்களை
ஒடுக்கி விட்டார்கள்

ஒடுங்கிய வெளியில்
செயற்கை நிலவினை நிறுவுவது கூட
திட்டமாகலாம்

ஏமாற்றத்தின் எத்தனையாவது அடுக்கும்
மொழிபெயர்க்க முடியாதவை

நாம் நாமாக வாழமுடியாத
இயக்கத் தடை "ஒடுக்குதல்" எனும்
நிறுத்துக் கட்டிய தட்டுகளில் இருந்து உருவாகிறது

எவ்விடத்தும் எவ்விடத்தும்
யாத்து அரவணைக்கும்
இயற்கையின் கரங்களை
இரத்தச் சக்கரத்தில் சுழல விடுகிறது தேசம்

இனியென்ன

"போராட்டம் எப்போதும் நிகழும்"

தளிரை சருகாகப் பரிணமிக்கும் வரை
பயணத்தை சம்மதிக்காதவர்களிடம்
உரக்கப் பேசி நியாயப்படுத்த
அன்பிற்கு மேல் என்ன இருக்கிறது

மரங்களும் இதைத்தானே பேசின
•

5.9.2019
2.29 pm

7. உலகின் உயிர் நீல நீர்

•

ஒரு நதி வளைந்தாலும்
நேராக நாட்டிற்குள் ஓடுகிறது

மெல்லிய நீர்க்கால் ~ சிக்கல் சுழி கண்டாலும்
ஒப்பற்ற வலிமையால்
நாட்டை விழித்திருக்கச் செய்கிறது

கூழாங்கற்களின் ஒளி
நீருக்குள் ஒளியாமல் வாசனையாக மிதக்கிறது

கூழாங்கற்கள் உடைந்தாலும்
நீரின் வாசத்தை தன் உயிரெங்கும் பெற்றிருக்கின்றன

தீர்க்க பிம்பங்களை வெளி இப்படித்தான்
திரியாக எரியவிடுகிறது

நித்தியம் என்பது ஒன்றின் மீது மற்றொன்று கொண்டிருக்கும் ஈகை

நதி யாவருக்கும் மிதந்தலைகிறது

மனிதனின் ஆன்மா பள்ளத்தில் உதித்து
மாயையின் உயர்வில் ஆவியாகிறது

கொதிநிலை தான் வாழ்வு

உலகின் உருவம் பச்சைத் தீ

உலகின் உயிர் நீல நீர்
•

6.8.2021
2:51 pm

8. பிணக்குவியல்களை படைத்தல் புரட்சியா

•

வானத்தினடியே தேசம் இறகாய்ச் சுருள்கிறது

ஆயுதங்களுக்கு முன் தேசம் அப்படித்தான் நடுங்கிப் போகிறது

தேசத்திற்குள் மக்கள் பாறைகளாகவே இருக்க வேண்டுமோ

கறை படிந்த நிலம்
கண்டறிந்த பேரறிவு , சேர்த்த உறவுகள்
சபிக்கப்பட்ட மார்புகளோடு பெண்கள்
பசித்த உதடுகள் , மொழி யாவையும்
பாம்பின் குட்டிகளாய்
வழிநெடுக சிதறடிக்க வேண்டுமோ

எலும்புகள் உயிர்தெழும் ராவில்
பறவைகளாகி விட முடியுமெனில் நல்லது

எது தான் வரையறை
எது தான் எல்லை

நம்பிக்கை மக்களுக்கு ~ கிடங்கு

கனவுக்குள் வந்து மறந்து போன காட்சி
மூளைக்குள் அனலாகுவதாய்
மக்கள் இளகுகிறார்கள்

வெடித்த பருத்தியாய் நிலம் புகைகிறது

பூனைக்குட்டியின் ஆழ் உறக்கத்தை
எந்தத் தாயும் தன் குழந்தைக்கு வழங்க
நினைப்பாள்

சகல பிரளயத்திலும் தாலாட்டை முதலில்
பேழைக்குள் அனுமதியுங்கள்

பெண்ணின் விலாவை அரியணை ஏற்றுங்கள்

புதையுண்ட நகரில்
குழந்தையின் அரைஞாண் கொடியே வலிமிக்க வேர்
சகோதரர்களே

மக்கிப் போகாத ஓடுகள் -
மக்கிப் போன மனங்களின் உதடுகள்

பிணக்குவியல்களை படைத்தல் புரட்சியா
பூமி சிறு பொட்டு இதர கோள்களுக்கு
வாழ்வு அணுவிலும் அணுவான திரட்சி
•

20.8.2021
4.42 am

9. முருகியம்

•

இன்றிருக்கும் தெருக்கள்
ஒளிமிக்க தாவரங்களாயிருந்தன

இன்றிருக்கும் மொழி நிறபேதமற்ற
மனிதர்களைப் பெற்றுப் பெருகியது

மரங்களுக்கு முன்
விதைகளோடு தர்க்கம் செய்தவர்கள்
முதுமக்கள் தாழியில் இன்றும் விழித்திருக்கிறார்கள்

மாட்டின் கொம்புகளில் காட்டை உழுது
முள்ளம்பன்றியின் முடியழகினில் தன்
கேசம் புனைந்து
பாறைகளில் கூர் கற்களால்
அறிவைப் பதித்து
பல்லாயிரக்கணக்கான நிறங்களை பறவைகளின் சிறகிலிருந்து
வடித்து
நாகரிகத்தின் நிறமேற்றி
மீன்களின் அசைவுகளில்
எழுத்துருக்களைக் கண்டறிந்தார்கள்

அருகம்பூவாய் காலம்
மென்தூய்மை ஆடை அணிந்து நடந்தது

பசியின் துயரத்தில் கழுகின் உறவில்
தொடங்கப்பட்டதே வேட்டை

வரையாடுகளோடு காட்டெருமைகளின்
ரத்தம் குடித்த நாவுகளில் பிறந்ததே யாழி

ஆதி முதல் வாள்
மரக்கிளையின்றி வேறு என்ன

நதி சென்ற பாதை எல்லாம் தெளித்து
விதை விதைத்த சூத்திரங்கள் எங்கே
சொல்லோடு சொல் சேர்த்த
தாவரத் தாலாட்டுகள் எங்கே
காட்டு வெற்றிலையின் மருத்துவம் தெரிந்தமனுசிகள் எங்கே
கடவுள்களைப் படைத்து அவர்களுக்கும்
திணைநிலம் தந்த தீரம் எங்கே
திணைக் கடவுள்கள் எங்கே
ஆதிக்குடியின் நிலமெங்கே
அவர்களின் நித்திய சமத்துவம் எங்கே

முருகியம் அதிர
தருக்களோடு ஆதிக்குடிகள்
பறையாடிய காலத்தில்
தெருக்கள் இல்லை
சாதி மருங்குகள் இல்லை
யாவருக்கும் மருபூமிகள் இருந்தன
•

31.7.2021
4:42 am

10. புனைவு தேசத்தின் விதி

•

நமது தேசத்தின் சதையை யாரோ உணவாக உட்கொண்டு
விட்டார்கள்

எலும்புகளோ நூலாக சிலர் குறுமுதுகளின் குறுக்கே
கிடக்கிறது

இப்படியான விசித்திர விதியில் தான்
தேசம் ஆட்கொள்ளப்பட்டிருக்கிறது

ஆன்மமற்ற இதிகாசத்தின் நாயகன்
ஓரிடத்தில் பிறந்ததாக நிலம் புரட்டப்படுகிறது

எழுப்பப்பட்ட கட்டிடங்கள் இடிக்கப்படுகின்றன

எழுதப்பட்ட இருட்டு பகலாக உருட்டப்படுகிறது

இதிகாசத்தின் பொருட்டு மொழியும் அதன் மூல நடுகற்களும்
மாற்றப்படுகின்றன

தேசத்திற்கு தேசம் மொழி பகையாகிறது

இயற்பேரறிவு கொண்ட வீரன்
புனைவு வில்லனாகிறான்

பிறக்காத சதை புனைவுகளால் வரலாறாகிறது

வினோத தேசம் மனிதர்களை
விலைமலிவாக்குகிறது

மடமையைச் சூழ வைத்து
சமய மார்க்கங்களை மாற்றுகிறது

யாவும் எதற்காக
யாதொன்றையும் அறியாத பைத்திய மனிதனும்
யாதொன்றையும் அறியாத சைத்ரீயப் பறவைகளும்
அதனதன் திசையில் உயிர்க்கின்றன

புல் விதை பூர்வகாலத்தைக் காக்கிறது

பூவிதை பூமியின் சுழற்சியை சேமிக்கிறது

தண்ணீர் தன்சுழியில் தாளவுயிர்ப்பை இயக்குகிறது

மழையோ சகலத்திற்கும் சிலம்பசைக்கிறது

மரங்கள் மூதாதையர்களின் கருவிழிகள்

யாவும் யாவருக்கும் இருக்கின்றன

தேசமோ சதுரங்கத்தில் மக்களின் மனங்களைச்
சூறையாடுகிறது

புனைவு ~ தேசத்தின் விதியானால்
நம் புன்னகை எவ்வளவு அகலமான பல்வெட்டு

மனம் பிறழ்ந்த மனிதன் மட்டுமே நிம்மதியாக வாழ முடிந்த
இந்த தேசத்தில்
இப்போதைய மொழி எது

எந்த ஒரு தேசத்திற்கும் அரசியல் - எழுத்து
என்பது எத்தகைய நுண்மை

அதுவே வன்முறை மற்றும் முரணானால்

அறிவின் மகுடம் எத்தகைய பயனற்ற பேழை

கலை எத்தகைய கோழை

மரபும் அதன் நீட்சியும் மங்காத மாமொழியும் எத்தகைய பேதை

•

22.6.2021
07.30 pm
Apollo hospital (7539)

11. மகிழ்ச்சி என்பதே துயரத்தின் மீதான நடனம்

•

மோசமாக கைவிரித்தாடும் மேன்டிஸ் பூச்சி மீது
ஒரு புகாரும் இல்லை காட்டுப் பூவுக்கு

உடல்புகைவதையே
வாசனையாக ஆடிச் செல்லும் ஊதுபத்தி
மகிழ்ச்சி என்பதே துயரத்தின் மீதான நடனம்

ஒரு இனத்தை ஒரு தேசத்தை
வஞ்சகமாக வீழ்த்திய பிறகும்
வாண வேடிக்கை இருப்பதில்லையா

இறந்த சடலங்களைக் குவித்துப் பரிகசிக்கும் பகை குழுக்கள்
இருப்பதில்லையா

அகண்ட தேசத்தில் அதிகாரம்
சொந்த மக்களை மழுங்கடிப்பதில்லையா

அமைதியற்று மனித மனங்கள் அவதியுறலாம்

நீட்சிமிக்க மௌனத்தில்
இலை நரம்புகளும் துடிக்கின்றன

மக்கிப் போனவை மீதும் பலநிறமிக்க காளான்கள்
மந்திரச் சொற்களாய் ஒளிருகின்றன

எதன் மீதும் குரல் எழுப்புகிறது காற்றின் ஆன்மா

எந்தப் புகாரும் இன்றி
நிலம்
யாவற்றையும் யாவருக்காகவும் சகிக்கிறது
•

12.8.2021
11.44 p.m

12. கனவில் நகரம்

•

கனவுக்குள் மிக எளிதாக புகுந்து விடும்
நகரம் விதவிதமாக குளிக்கிறது

கனவுக்குள் வரும் நகரவாசிகள்
பிச்சை எடுப்பதில்லை
புகைபிடிப்பதில்லை
மட்டமாகவோ தரமாகவோ பாடுவதே இல்லை

ஆனால் மதுபாட்டில்களை தோள்களில்
கட்டிக் கொண்டு
அதன் எழுத்துகளைக்கூட சுரண்டுகிறார்கள்

ஒருநாள் கனவில் ஒளியை தாவித் தாவி பிடிக்கும்
மனிதனைச் சந்தித்தேன்

பின்னொரு நாளில்
தன் கபாலத்தைத் திறந்து
மூளையை கையில் எடுக்கும் ஒருவனை

கனவின் சாலைகளுக்கு மேகம் போர்த்தும் ஒருவனை

பின்னொரு நாள்
சிட்டுக் குருவிகளை கூடை கூடையாய்
சுமக்கும் ஒருவனை

கனவுகளில்
தண்ணீரைப் பாதரசமாக்கும் சிறுமியை

பாம்புச் சட்டையை அணியும் கைகளை

குறவன் எழுத்துருக்களை குகைமேல் உருவாக்குவதை

உதிரமரத்துப் பட்டை ஊருக்குள் வலம் வருவதை

நிலா நிமிர்ந்து கோடாகி
கோலாகி குத்திட்டு நிலத்தில் நிற்பதை

கடல் சங்குகள் வானத்தில பறப்பதை

வானவில்லின் நிறங்கள் உருகுவதை

ஆயிரம் ஆலய மணிகள் கூடுவதை

நிலத்தின் உள்ளே கும்பங்கள் சுற்றுவதை

மஞ்சள் கிழங்குகள் குமரிகளாவதை

ஆலவேர்கள் நாகங்களாவதை

பனம்பூ மாலை கட்டி ஆடும் கிழவிகளை

மேகத்தில் நடராஜ பிம்பத்தை

இலைகள் பேசுவதை

வெள்ளெருக்கு வேர் முனிவராகுவதை

சிவப்புச் சூரியன் உதிப்பதை

பூமி தகடாகப் பறப்பதை

புல்கிரீடம் சூடி ஆடும் எறும்பை

நீலத்தாமரை என் முதுகுத் தண்டில் முளைப்பதை

இப்படி எவ்வளவோ கனவில் கண்டிருக்கிறேன்

இதனுள் இந்த நகரம் குளித்து
தங்க உடை மாற்றியதும் உண்டு
மலைகளை ஆமைகள் சுமந்ததும் உண்டு
•

08.1.2021
10:06 pm

13. அரும்பாடு எனும் சொல்

•

தானியத்துள் விளைந்தது
உமியோ சூர்ய உறவின் தோல்

பச்சைப் பசும் பனி சுவைக்கையில்
பாட்டன் கண்ணீர்
பால்நிலா அப்பமாய் மனதிலிறங்கும்

நஞ்சுக்கொடிகள் உறங்கும் ஆலமரங்களில்
மந்திர ஒலிகள் மேலெழுந்து
வாழ்வை வாழ்த்தும்

வம்பாடு எனும் சொல்
நிலத்தின் நெஞ்சு பிளந்து உதித்தது
•

3.1.2019
10.10 pm

14. பகைமை அக்கினித் தீவு

•

குருதி குடித்துப் பழக்கப்பட்ட நிலத்தில்
பூர்வகுடிகளின் உணர்வுகளை
செயற்கையால் எப்படி அழிக்க முடியும்

அவர்கள் காலுக்கடியில் சுழலும்
எரிமலைச் சக்கரத்தை எப்படி அகற்றுவீர்கள்

படுகொலைகளுக்குப் பிந்தய காலத்தில்
தகர்க்கப்படும் கட்டுமானங்கள்
கண்ணுக்குப் புலப்படாத புலத்தில்
புரட்சியை விதைக்காமல் போய்விடுமா

பழங்குடியின் பாடல்
பூமிச் சுளையில் இருந்து ஒலிக்கும்

ஒளியின் கால்களே நீளமானவை உலகில்

நம்மில் எவரும் வானத்தின் முகடு அல்ல

தந்திரங்களின் சுருக்கங்களை
நீக்குதல் எளிது

மௌனம் ஆதி கல்கண்டு

அவ்விடத்தில் நீதியைப் பேசிப் பெறுவதுதான் போராட்டம்

யாரின் நீதி யாருக்கு உகந்தது

நீரின் வேர் நினைத்தால் எவ்வகை அதிகாரத்தையும்
அறுத்தெரியும்

செயற்கையால் ஒரு இனத்தின் உணர்வை அழிக்க
எண்ணுவது இயலாமை

பகைமை அக்கினித் தீவு

•

9.1.2021
2:51

முள்ளிவாய்க்கால் நினைவுத் தூண் இடிக்கப்பட்ட,
மண்ணுக்கும், மக்களுக்கும்

15. அநீதி

•

ஒரு வரலாற்றுக் கறுப்புமிக்க அநீதியை
நீதியாக வழங்கும் போது
நீதிமன்றத்தை இடித்துவிடலாம் என்று
மக்களுக்கு தேச விரக்தி எழக்கூடும்

தேசத்தின் மீதான அவநம்பிக்கை
அதிகாரத்தால் கட்டவிழ்க்கப்படும் போது
அத் தேசத் துரோகத்தின் வழியே
வன்முறைக்கான வரலாறே எழும்பும்

அமைதிக்கான வழியோ
உண்மையின் உட்கருவில் உதிக்கும்
•

30.09.2020

16. தீம்பூ

•

ஒவ்வொரு மணித்துளியிலும்
ஏதேனும் ஒரு பறவை
ஏதேனும் ஒரு திசையில் செல்கிறது

தார்ச்சாலையில்
பலமுறை நசுக்கப்படும் நாயின் உடல்
மோசமான வாழ்வு குறித்து
உயிர் மொழியில் பிரசங்கிக்கிறது

மனிதர்களுக்கு கொலை செய்யப் பல வழிகள் இருப்பதை
நாட்டின் உள்ளே மிதக்கும் பிணங்கள் உரத்துச்
சொல்லுகின்றன

இயலாமை என்பது மந்திர ஒலிகளாக
உடலுக்குள் இயங்குகிறது

செவிகள்
கேள்விக்குறிகளாய் புறம் கொண்டிருந்தாலும்
அதன் அகமோ கடல்சங்கு

என்ன செய்ய

இருத்தலுக்கு வலுவான தேவை
ஒற்றை அன்பேனும் வேண்டும் என்பது தான்

காதலின் குருதிக்கு மஞ்சள் நிறம்
ஒளிர்ந்தாலும் சரி நீர்மமானாலும் சரி

துக்கத்தின் துடுப்புகள்
மௌனத்தை புரட்டும் விதம்
வாஞ்சைமிக்க மண்புழு நிலத்தின் இருள் தேடுதல்
போலசைகிறது

யாரையும் இயற்கை தாங்குவதாகச் சொல்லிக்கொண்டு
தாங்கவில்லை

எல்லாம் சர்வ சமம் என்பது காற்றின் உறுதி

நேர்மையாகச் சொல்வதென்றால் பள்ளத்தாக்குகளைக் கடந்த
பின் மலைகள் நிமிர்ந்த பார்வையை பரிகசிக்கின்றன

ஒரு வேளை உணவும் விரல்களுக்கிடையே சிக்கும்
இன்மையானாலும்
ஏனோ
ஒற்றை அன்பிற்கு கொக்கின் கால்கள் முளைத்து
காத்திருக்கிறது

யாருமற்ற நிலம் அறிவு நிறைந்த சொற்களால் மேலும் சிவந்து
எரிகின்றது

கொஞ்ச காலம் என்பது எப்போது தீரும்

மரணத்தின் தூதுவன் எனது உடலை எப்பக்கம் திருப்பி
எடுப்பான்

நமது இருப்பை ஆக்கிரமித்துச் சூறையாடும்
இந்த மனிதர்கள் இருக்கிறார்கள்
இருப்பார்கள்

கைபற்றி விவரித்துச் சொல்ல முடியாத வார்த்தைகளும்
பரிசுத்தமான முத்தமும் பறக்கும் தட்டுகளாக மனதில்
சுழல்கிறது

வாசல் படியில் விழும் கண்ணீர் மெழுகுப்பூ
எவர்மீதும் பழிசொல்ல விரும்பாத தீம்பூ
•

17.11.2018
5.05 pm

17. தந்தையின் திட்டம்

•

தந்தை என்னைத் துறவியாக்க
திட்டமிட்டுக் கொண்டிருந்தார்

நானோ
நூலாம்படையில்
மாயவித்தைக்காரன் பேசிப் புலம்பும்
பிம்பம் சுழல்வதை
நிழல்கள் எழும்புவதை
நீர்நிலைகள் தண்ணீர் கயிறாகப் பின்னிப் பிணைவதை
தாவரங்களின் கனிவை
மரங்களின் அசரீரியை
மரணங்களின் முதுகை
மனித உறவின் சூத்திரங்களை
நிதானித்து அறிந்தேன்

அடர்ந்த வனாந்தர மௌனம்
புரட்டயியலாத புத்தகமாகவும்

கன்னிமை கொஞ்சும் அமுத ஊற்றாகவும்
முடிவின்றி எனக்குள் பதிந்தன

நேர்த்திக்குறிப்புகளை பேச வழியின்றி
உடல்கள் உறங்கும் கல்லறைக் காட்டுவழி
செப்புமணலாக்கினேன்

நடுவிரல் கையில் அசைவது போல்
நடுமுதுகில் பாம்பு சீறி எழுவதை
நீல அல்லித் தண்டால் பாடினேன்

நுரையீரலில் இருந்து கம்பளி போர்த்திய
கேளையாடு விடுபட்டு ஓடுவதை
கனவிடம் சொன்னேன்

பால்யத்தை இரகசிய உண்டியலாக்கி
வெள்ளிமலையில் பதுக்கினேன்
எனக்குள் இருக்கும் அகத்தை
ஆண்மையாக்கி அதனோடு
பேசிப் பழகினேன்

“எல்லாம் நிலையற்றது” என்ற வார்த்தைகளாகவே
மழை எப்போதும் பொழிவதைக் கருத்தில் பதியமிட்டேன்

வறுமைப் போராட்ட உச்சியிலும்
சேத்தாண்டி வேடமிடும் மனிதர்கள் பின்னும்
கருப்பசாமி ஆட்டத்தின் முன்னும்
அன்பெனும் கரு
வெளிதனில் பற்றி வளருவதைக் கண்டேன்

அப்பா எனது கூந்தலுக்கு
சாம்பிராணிப் புகையால் வாசனையேற்றுகையில்

“போராட்டமே புனிதப் பயணம்” என்று பேசி

மூளையில் செங்கண் ஒன்றைப் பதித்தார்

அக் கண்
முத்தங்களை மட்டுமே ஏன் தேடியது
எத்தகைய போராட்டத்தின் வேரும்
அன்பின் குளிரோடு ஊன்றி இருப்பதை ஏன் தடியாய்
பிடித்தது
எல்லா நீதியும்
கருணையால் மட்டுமே எழுத முடியும்
என்று ஏன் நம்பியது

துறவியின் வஸ்திரங்களை விழித்திரையாக
எப்போது அணிந்தது

மலர்தலும் மரணம் என்பதை எப்போது அறிந்தது
•

10.5.2018
3.12 am

18. கண்கள்

•

காடுகளை ஊடுருவி அலைந்த
பழமையான கண்களை
பரிசளிக்க விரும்புகிறேன்

உலகத்தை அகலமாகச் சந்தித்த
ஆதிநாளம் ஓடும் கண்கள்

மேற்குத் தொடர்ச்சி மலையின்
ஊற்றுக்கண் மூலங்களை
திப்பிலிப் பிஞ்சு போன்று
நிமிர்ந்து வான் நோக்கி - அதனை
பாலாடையாய் சுருட்டிச் சுவைத்த கண்கள்

கண்கள்
பாலகத்துவம் அறிந்த போராடும் ஊழிகள்

தொட்டாச்சிணுங்கியின் குணம் முளைத்த குழந்தைகள்

இளவெயில் தின்னத் தெரிந்த

போர்மை ததும்பும் சிவமணிகள்

சமத்துவம் தேடிய தீப்பந்துகள்

நாகரிக அணுக்கள்
மொழியை கருவிழியாக
பிறவியில் அணிந்த ஒலித்தகடுகள்

தேசத்தின் பெயரில் இருந்து அநீதியை நீக்க விரும்பிய தர்மச் சக்கரங்கள்

ஆன்மா இளைப்பாற விரும்பினாலும்
தன்னை நிலத்தில்
விதைகளாக்க விரும்பிய கண்களை
ஒரு போராளியின் பிள்ளைக்கு
பரிசளியுங்கள்
•

29.1.2020
10:20 pm

19. வயலோரம்

•

சிறுதேள்கொடுக்கு பூங்கொத்திலிருந்து
கேள்விக்குறி மேலெழுந்து சுழலும் போது
புருவமத்தி சுருங்கி மீள்கிறது

பனிச்சொட்டுகளை மேயும்
சேவல்களின் காமதாளம்
நட்சத்திர விரல்கள் வழி நிலம்கீறி
கோழிகளைச் சென்றடைகிறது

குழந்தையை தூக்கியபின்
தொட்டில் பச்சைக் கூழாங்கல்

தாய் அதற்குள்ளும்
தாலாட்டு வரிகளை வைத்திருக்கிறாள்

கோவணத்தை சரிசெய்தபடியே
கோரைக்கிழங்குகளை தூரோடு பிடிங்கி
வரப்போரம் வீசுகிறான் விவசாயி

மேய்ப்பனின் நிழலை அளந்தபடி செல்லும்
வெள்ளாடுகளின் நடையில்
கர்வம்மிக்க சொற்களின் சத்தங்கள்

இவர்கள் முதுகெலும்பின்
குறுக்குவெட்டு வலியை
அரசு அறிவதில்லை

பனைமரத்தின் தயவில் அரசமரம்
அரசசிம்மாசனங்கள் அழித்துப் பெறப்படுபவை

கொக்கு கவனித்துக் கொண்டேயிருப்பது
தனது
வெண்மையைச் சுற்றும் அலையை

பச்சை பால் பிடித்து
தங்கநிறத்தில் புரண்டு படுக்கப்போவதை காலத்தின் கனவில்
ஏற்றி

பசிமிக்க உணவுப் பாத்திரத்தால்
சிறுவன் இசைக்கிறான்

அலைகள் பறக்கின்றன
•

28.1.2018

20. நாம் வாழும் புலம் நடுங்கும் ஓலம்

•

பூங்கோரைகளும் புலம்பத் தொடங்கிவிட்டன

நட்சத்திரங்களின் ஓசை
எத்தகையதாகவும் இருக்கட்டும்
நாம் வாழும் புலம் நடுங்கும் ஓலம்
மூளையில் புழுக்கமாக திணறுகிறது

சமூகத்தின் பெயரை உறக்கக் கூவுதல்
மடை முகத்தை வெட்டுதல்

பகைமொழி பாய்வதையும்
தீ ததும்புவதையும் தடுக்கும் கரம் உத்தமமானது

விரோத அலங்காரம் தீட்டும்
மூடர்களின் பேய்ப்போக்கு
தேசத்தை பாழாக்கும்

கள்ள மௌனத்தோடு
நகரத்தில் ஆட்சி விளையும் எனில்
ஆர்ப்பரிக்கும் மக்கள் அதன்
ஆணிவேரை பிடுங்குவார்கள்
•

24.4.2019
2.24 am

21. முருகநாடு

•

நகரம் பலரது குருதி
எனக்குள் இறங்குவதை விரும்பவில்லை

தேசம் அந்நியர்களின் உண்டியல்
சேர்க்க முடிந்தளவு வன்முறைகளைச் சேர்க்கிறார்கள்
அவர்கள் செல்வம் அதுதான்

மதம் என்பது என்ன
சிந்துவெளி புன்னகைக்கிறது

மரங்களின் வரலாறுகளை விட
மதங்களின் வரலாறு மிகக் குறுகிய காலத்தில் எப்படி
குதறப்பட்டது

சிந்தனைக் கொடியைத் தான்
தாய் கருவில் சுற்றிக் கிடந்தேன்
என் சுதந்திரம் அங்கிருந்தே உருவாகியது

அதற்கு முன்
ஓலைச்சுவடிகளில் நெய் தடவிச் செரித்த வஞ்சகப் பசி
கொண்டோர்
வாழ்ந்த காலத்திற்கு முன்பிருந்தே
ஐந்திணை தெய்வத்தின்
மொழித் தனலாய் ஆதித்தாய் இருந்தாள்

இந்திய தேசத்தின் அத்தனை தெய்வங்களும் தென்னாட்டில்
பிறந்தன

யார் தலை குனிந்தாலும்
ஆதித்தாயிற்கே தலைகுனிகிறார்கள்

ஆரியன் ஏய்ப்பது யாரிடம்
மதங்கள் எத்தகைய மடமை
அச்சொல்லை அறுப்பது நல்லது

உலகமெங்கும் இருக்கும்
கடவுள் என்ற மனநிலை
முருகநாட்டில் முளைத்தது

என் நிலத்தின் மனநிலையில் எவர் குதிரைச் சவாரி செய்வது

காவல் தெய்வங்களின் காதுகளை யார் மாற்றியது

மதத்தில் இல்லா இயக்கி
இயற்கையின் உணர்வில் இருக்கிறாள்
அருந்தவ சோதி அவள்
நதி சொல்வதைத் செய்யாது என்றும்
மழை பெய்வதில் நில்லாது என்றும்
பார்வை தருவாள்

இறையியல்
காளான் காலுக்கும் உண்டு
அதனடியில் மௌனமாய் இருக்கிறேன்

தீட்டு என்று கழுவவே முடியாத
மொழியில் உயர்ந்தே பிறந்திருக்கிறேன்

சாதிக்குள் அடங்க எப்படி முடியும்

காணாததில் இருப்பதே அறிவு
கண்டதில் ஐயுற்று தெளிவது மெய்

தியானம் வானத்தின் கண்

கிராமங்களில் தாய் தெய்வங்களின்
ஒப்பாரி கேட்கிறது

மரபில் முதிர்ந்த மனுசிகள்
எசக்கியும் காந்தாரியும் துடி கொண்டு ஆடுகிறார்கள்

நாவுகள் கலை

கிராமங்கள் மூதாதையர் முதுகெலும்பு

எனக்குள் முருக நாடு நீர் கண்டு
நீர் கண்ட இடமெல்லாம் சீர் கண்டு
சீர் கண்ட இடமெல்லாம் கூர் கொண்ட கல்லால்
தீ படைத்த திமிரோடு இருக்கிறது
நகரம் பலரது குருதி

தேசம் அந்நியர்களின் உண்டியல்
•

10.10.2020
10:10 pm

22 . நிறங்களாகி நாம் வீழ்வோமோ

•

ஒரு நாள் கனவில்
வெங்கலத்தாலான
மரத்தாலான
இரும்பாலான
கைப்பிடிகளுடன் ஆயுதங்கள் பல
மண்ணுக்கடியில் அடுக்கும்
மனிதர்களைக் கண்டேன்

கூட்டம் கூட்டமாக
கம்புகளைச் சுற்றி
பயிற்சி எடுக்கும் மனிதர்களையும்
அழிவுக்குப் பிடித்த வார்த்தைகளை
அவர்கள் பேசுவதையும் கண்டேன்

நான் துயரடைகிறேன்

எனது மொழி என்ன அவ்வளவு எளிதானதா

எனது நாடு கணிதம் அறியாததா

என் மக்களின் கருணை தான் ஏற்ற சவாரியா

எனது மூதாதையர்களின் முதுகெலும்பு
மக்கிய மண் தொட்டு
ஒரு போர்ப்பாடல் இயற்றித் தந்தால்
சாம்பலாகாமல் சகித்து நிற்பார்களா

அக்களத்திற்கான துக்க வரிகளை
இப்போதே இயற்ற வேண்டுமா

அநீதியினால் உப்புக்கரிக்கும்
எனது தேசத்தின் பெயர் போல
எனது நகரின் பெயரிலும்
ஏதோ விசமிக்க
அடையாளமிருப்பதாக
என் தாய்மொழி அழுகிறது

உலகமெங்கும்
யுத்தங்கள் தொடங்கி விட்டன

இரகசியங்களை உடைக்கும் திறவுகளை
இன்னும் அதிகம் தெளித்துச் சீர் செய்ய வேண்டுகிறேன்

நமது நிலத்தை
நமது சமயத்தை
நமது தொன்மையை
நமது மொழியின் பதப்படுத்தப்பட்ட வார்த்தைகளை
நெடிய கூர் மரபை
தனதாக்கிக் கொள்ளத் துடிக்கிறார்களே

ஒருவேளை அன்றாட வாழ்வில் மதவாரியாக சீருடைகள்
அணியச் சொல்லி
பின்
நிறங்களாக நிறுத்தி

எம்மக்களைக் கொல்வார்களோ

நாம் நிறங்களாகி வீழ்வோமோ

சமாதானம்
தானத்தில் ஒப்பற்றதன்றோ
எக்கொடியில் எந்நிறத்தில்
நாம் ஏந்துவோம்
•

9.1.2020
02.02 am

23. எங்கே போகிறது அரசு

•

நகரங்கள் புலம்புகின்றன

அடக்குமுறைக்குச் சேவைசெய்யும்
எவர்கையும் பிணங்களைப் படைக்கும்

மக்களிடம்
இழந்த கதைகளை பொறித்து வைக்க
நடுகற்களே உள்ளன

எதனிலும் இறக்கிவைக்கமுடியாத
நீதிமிக்க கேள்விகளே கண்ணீர்

ஒடுக்குமுறைக்கு வாதிடும் குரல்
அண்டத்தில்
பொன் நட்சத்திரமாகப் பிறக்கும்

சிதிலமடைந்த வீதிகள்
ஆவியான வேதப்புத்தகங்கள்
சாம்பலான கோவில்கள்
எரிந்து திருகிய மனித உடல்கள்
சாட்சிகளைத் தரித்த எலும்புகள்
இப்படி இன்னும் எவ்வளவோ
மதங்கள் ஏற்படுத்தும்
மாறுபடும் நிலக்காட்சிகள்
மதிக்கமுடியாத சூட்சிகள்

உருவிலும் தணலிலும் அச்சுறுத்தும்
கொடிய கோடையாய் சாதி பரவிவிட்டது
உள்ளீடற்ற உப்பாக வாழ

மனிதனை நிர்ப்பந்தித்தால்
போராட்டம் முடிவடையாது

அந்நியர்களின் துல்லிய விதிகளை
மதித்த காலத்தை
வால் பிடித்துத் தூக்கி
தலைகீழாக தரையில் அடிக்க வேண்டும்

அர்த்தமுள்ள நோக்கங்களை இயற்றி
எல்லையற்ற அன்பையே
எல்லைகளாகவும் வகுப்பது
வண்ணமற்ற தகடான இப்பூமியை சமமாக
வணங்குவது

நகரங்கள் புலம்புகின்றன

பெருநகரங்களை மாநரகமாக்கி
புதிர்மிக்க பெட்டிகளாக கைகளில் பிடித்துக் கொண்டு எங்கே
போகிறது அரசு
•

5.3.2020
03.40am

24. வல்லரசு

•

பலகோடி மக்களின்
பதறும் கைகளை
தேசத்தின் தோள்களில் சிறகுகளாக
கற்பனை செய்யமுடியுமா

ஆனால் ஒரு வல்லரசு
நிகழ்த்திக் காட்டும்
•

8.4.2020
2:20 pm

25. காண வேண்டும்

•

தாய்மொழி தொழும் நாட்டை

மதம் முதுகெலும்பாக்கப்படாத தேசத்தை

ஒற்றைச் சுடுகாடு கொண்ட கிராமங்களை

கருணையே கடவுள் என்று ஏகமனதுடன் துதிக்கும் மக்களை

தூய சிந்தனைகளை விதைக்கத் தெரிந்தஞானிகளை

சாதிப்பெயரற்ற சான்றிதழ் வழங்கும் பள்ளிக்கூடங்களை

அறிவை ஞாயிறு என்று பாடும் குழந்தைகளை

ஆன்மநேயத்தை தாய்ப்பாலாக ஊட்டும் தாய்களை

காற்றைப் போன்று எங்கும் செல்லத் தகுதிவாய்ந்த
உயிர்க்கவிதைகளை

பசி என்ற கூக்குரல் இல்லாத நாட்களை

நீதி சொல்லும் அதிகார பீடத்தில் நீதிமான்களை

சமத்துவத்தை ஆழ்மனதாகக் கொண்ட அரசை

பழங்குடிக் காட்டுப் பாடலை தேசியகீதமாக பாடும் காலத்தை

பூமி எனும் ஒற்றைச் சுழல்மீது இயங்கும்
யாவருக்குமான ஆதி வார்த்தையை

காண வேண்டும்

•

6.8.2020
11:17 am

26. வெற்றிக் கொடி நம் பிறப்பு

•

தீப்பந்தம் பகல்
நம் எல்லோர் கையிலும்
வேறு வேறு மரக்குச்சி
வேறு வேறு இலக்கு

இந்த தேசத்திலிருந்து
தப்பிக்க நினைக்கவில்லை நாம்

துரோகத்தை அரைஞாண் கயிறாய்
பிறந்தபின் கட்டிவிடப்பட்ட நாட்டில்
விடுதலையை விடுபாடலாக
ஒவ்வொருவரும் இயற்றுகிறோம்

நமது இளமை யாழாய் இருந்ததை
மறந்தே போனோம்

கானல் நீராய் தகிக்கும் வன்முறைகள்
நம்மை
ஓடவிட்டுக்கொண்டே இருக்கின்றன

அதற்கும் பின்னே
மாயமாய் சுழலும் வஞ்சகத்தையும்
நாமறிவோம்

விசாலமான காலக்குறிக்கு முன்
நெல்மணி அலங்காரமிட்டு
தீயை விடுத்து
தண்ணீரை முத்தமிட்டு வணங்குகிறோம்

ஈகை நமை நெய்கிறது

வேற்றுமை நயம் நம்மிடமில்லை
ஆகவே
போராடிக்கொண்டே இருக்கிறோம்

வெறும் காலில் குத்தப்பட்ட முள்ளை
காற்று தீண்டும் போது தாயாகிறது

குத்திக் குதறப்பட்ட நெஞ்சில்
தொட்டு வலி தீர்க்க
சொல்லைத் தவிர நமக்குத் தாயில்லை

மொழி தாயிக்கும் தாய்
வெற்றிக் கொடி நம் பிறப்பு
•

16.3.2021

27. பழங்குடிகளின் பாடல்

•

கடினமாக பகலை இரவு
கண் தட்டுகளில் சலிக்கிறது
பத்தாண்டு காலம் கானகத்தில்
எரிந்து கொண்டிருக்கும் வாழ்வு
அதற்கு முந்தைய காலத்தின் குளிரை
இழுக்கும் பறவையாகிறது
இருந்தும் புதிர்மிக்க அச்சில்
பூமி என் கண்ணவிழ்க்கிறது
மனிதர்கள் வாழ்வுக்குள் தேடுவதென்ன

நான் நம்புகிறேன்
பார்வையற்ற பெண்ணுக்கு
ஒரு சொல்லே உடலை விடப் பெரிது
கண்ணின் ஒளியோ வாசனை
நுகரும் புள்ளி வண்டு

எழுத்துருக்கள் அறியா குறத்தி

மணிகளில் மொழியைத் தைக்கிறாள்
ஆதியிலிருந்து அழிந்த பல பறவைகளின் ஒலிகளையே
பேசுகிறாள்

கடினமான இரவை
குடுகுடுப்பைக் காரன் உடுக்கையில்
சுழற்றுகிறான்
நடந்த நன்றும் நடக்கப் போகும் தீதும்
குறுநிகழ்ச்சியாக்குகிறான்

நகரமோ பயந்த காற்றாய் தூரி ஆடுகிறது

வஞ்சகத்தில் பறிக்கப்பட்ட நிலத்தில்
பழங்குடிகளின் பாடல்
நிறைந்து கிடக்கிறது
கரிகாட்டின் வழி ஒருவன் பாடிச் செல்கிறான்

ஏலக்கா பொட்டி செஞ்சு - எம் மக்கா
எம்பொழப்ப எட்டா மடிச்சு வச்சேன்
எப்ப அதத் தொட்டாலும் - எம் மக்கா
அது எந்திரிச்சு ஆடுமடா

எட்டுத் திசயிலும் குளுதாழி வச்சி
எட்டுவகை விதநெல்லு சேத்து வச்சேன்
எப்ப அத வெதச்சாலும் - எம் மக்கா
அது பொன்னா வெளயுமடா

பருவம் தப்புச்சின்னா
பனங்கெழங்கு நாரு தாண்டா
பருவம் தப்புச்சின்னா
பனங்கெழங்கு வெறும் நாரு தாய்யாய்

பருவத்த படிச்சு பன ஓலயில
பதிச்சு வச்சேன்

எப்ப அதத் தொட்டாலும்
ஒரு கால மழ பெய்யுமடா
நல்ல கால மழ பெய்யுமடா

சாதிக்கா பெட்டி செஞ்சு - எம் மக்கா
சாதி மூச்ச அடச்சு வச்சேன்
அதிகாரச் சாட்ட கொண்டு அத
அடிக்கையில சாகதில்லே

சாதி சனம் சாகுதய்யா
சாதி சசம் சாகுதய்யேய்
சக்கரமா சுத்தும் பூமியே... நீ
சட்டினு நின்னுடய்யா !!
பூமியேய்... நீ... நின்னுடய்யாய்

உடுக்கை சத்தம் இக்கடினமான இரவை
அடித்தெழுப்புகிறது
•

8.3.2021 .
02.45 am

28. மக்களின் ஆயுதம் பார்வை

•

மதிக்கப்பட வேண்டியவை சிலவும்
மறக்கப்பட வேண்டியனவும் உள்ளன

பின்னது முன்னதின் தும்பு

செயல்படுதலே நேசித்தல்

அபூர்வ மனதில் ஓசையின்றி இடற
அகந்தையைப் புதைக்க வேண்டும்

ஆத்மம் ஆணுக்குள்ளும் தாய்

இயற்கையின் விழிகள் அத்தனையும்
பெண்

தன்னம்பிக்கை தேவைப்படும் இடத்தில்
வறுமை கோரைப் பாய்

வெற்றி கதகதக்கும் இடத்தில்
கைமாறும் பதட்டம் சாரை நோய்

ஓசையற்ற வாளும் ஓடாத கடிகாரமும்
காலத்துள் உப்புக் கண்ணீர்

இறக்கப்பட வேண்டியவை சிலவும்
இறுக்கி உடைக்க வேண்டியவையும் உள்ளன

அரசின் சத்தியங்கள்
ஆந்தையின் திருகு கழுத்து

ஓரிடத்தில் நிறுத்தி ஒடிக்கத் தேவை
மக்களின் ஏகோபித்த ஒற்றுமை

விஷத்தை விடவும் விஷத்தின் பாத்திரம்
விசமமானது

அரசின் ஆயுதங்கள் கலகபாடம்

கொடுங்கோல் ஆட்சியோ
அருவருப்பான தவளைத் தோல்

மக்களின் ஆயுதம் பார்வை

தவிர்த்தல் ஆளுகையின் கிரீடம்

கைவிடுதல் கொடுமையான வன்முறை

நேர்மையின் அடித்தட்டில் அப்பியிருக்கும்
கறைகள்
எதிர்பார்ப்பின் கடின இமைகள்

மக்கள் மகிழ்ச்சிக்கு என்ன தான் வழி

மறக்கக் கூடாத சிலவும்
மன்னிக்க முடியாத பலவும் எடுத்து
அதனதன் வேருக்குத் திருப்புதல்
•

10.2.2021
06.51am

29. மோசமான அரசுக்கு

•

தேசத்து பெருங்குடிமக்கள் யாவரும் ஒருமித்து
சிங்க முகத்தில் கர்ஜிப்பதுபோல
கனத்த இரவு முன்னால் வருகிறது

உணர்ச்சிக்கோளாறு கொண்ட அரசை
நெல்விதைகளால் அடிக்க வேண்டும்

ஒவ்வொருவர் கண்ஒளியிலும்
கள்ளச் சாவி நுழைப்பதை
சட்டத்தால் ஒடிக்க வேண்டும்

நம் நகரத்தை யார் சபிப்பது
நன்நிலத்தினடியில்
நஞ்சுக்கொடி புகுத்தப்படுகையில்
நசுக்கப்படும் மக்கள்
சுழல் காற்றாய் திரள வேண்டும்

ஒரு அரசு எவ்வளவு திருடும் என்று
லாகவமாக பிரகடனம் செய்யும் போது

நமது ஆயுதத்தை
ஏர் பிளக்கும் வீச்சில்
ஆழப் பதியச் செய்ய வேண்டும்

எளியவர் நாவு முரசு
அதன் சப்தம்
அரசின் முதுகு கிழிக்கப் போதுமானது

வஞ்சகத்தின் கோடரி
மக்கள் கழுத்தில் தீட்டப்படும்போது
நம் நாவுகளின் நீளத்தால்
அரசை அளக்க வேண்டும்

செவிமடுக்க முடியாத பக்கங்கள்
தீர்ப்பாகும் போது
தீக்கரம் உயர்த்த வேண்டும்

ஒரு தோல்விக்கும் தாழ்வான
சவத்தின் புன்னகை போன்ற
நினைவுப் பரிசு ஒன்றை
மோசமான அரசுக்கு வழங்க வேண்டும்
•

18.1.2021
10:15 pm

30. நாடு

•

சுரண்டப்பட்ட பூர்வகுடிகளின் காடு

நகரம் வேறு என்ன
மழுங்கடிக்கப்பட்ட மக்களின் மனநிலை

அரசு
திருடன் கையில் அகப்படும்
தங்க வாள்
•

11.1.2021
8:20 pm

31. நாகரி

•

பல நூற்றாண்டுகளுக்கு முந்தைய
பாம்பு ஒன்றை கனவில் கண்டேன்
அது தன் நாவில் காலத்தின்
அடையாளத்தை நாணயத்தில் உமிழ்ந்தது
நாணயம் அக்காலத்து அரசனை செம்பாக வெளித்தள்ளியது
அரசனின் கை வாள் நெருப்பாய் சுழன்றது
உரையோ உறைந்த மலை உச்சியானது
சுழன்ற வாள்
நதியின் ரேகையை கனவெங்கும் இழுத்து வந்தது
நதியின் ரேகைகள் கிளை பிரிந்து பாய்ந்தன
நதிகள் பாம்பாயின
பாம்புகளின் தோல்கள் பாறைகளாகின
பாறைகள் பச்சை நிறமேறின
பச்சை பேசின
நெல்மணிகளாகின
நெல்மணிகள் யாவும் தாழிக்குள் புகுந்தன

தாழிகள் கடக்க முடியாத சதைகளாகின
காலத்தின் சதைகளோ சிவந்தன
சிவப்பு நேர்கோடாகின
நேர் கோடு ஒன்று வளைந்தது
வளைந்த கோடு வெண் நாகமாகி நின்றது
நாகத்தின் கண்களில் இரண்டு
அரசிகள் பறந்து வந்தனர்
அவர்கள் நிலத்தை ஊதி சீராக்குகையில்
நாகத்தின் வால் - நட்சத்திரமானது
நாகத்தின் எலும்புகள் நகரங்களாகின
•

26.9.2021
3.30 am

32. யுத்தம் வளரும் நிலம்

•

வெறுமையாக தோன்றுவதில்
யாவும் இருக்கிறது
மதிப்பாகம்
மாயத்தின் நுண்மையான துளிர்

பொன்சாம்பல் புரளும் பூ நிலா
பெருந்துறவு பூண்ட
உடலையே உள்ளங்கையாக்கி
உலகின் மீது விடுகிறது

உன்னதங்கள் யாவும்
தீர்ந்துவிடாமல் தகிக்கும்

யுத்தம் வளரும் நிலம் எத்தகையது

அரசு நீதியை திக்குவாயினால்
கொப்பளிக்குமானால்
சார்பும் சார்பின்மையும் எரியும்
தேசத்தின் வாசல் தாண்டியும்

தீய்ந்த மனிதநேயம் மருகும்

சூட்சியின் சாமர்த்தியம்
வவ்வாலாகச் செயல்படுவது
ஆயினும்
சிறுநாகப்பூவாய் வெண்மையாய்
உண்மை பூக்கும்
அதுவே உலகை ஆளத் தகுதியானது
•

2.3.2020
11:20 pm

33. நீலம்

•

நீலத்தில் என்ன இருக்கிறது
நீரும் நிலமும்
நெருப்பும்
வானும் காற்றும் இருக்கிறது

யாவும் யாவருக்கும் என்றிருக்கிறது
•

08.06.2020
09:41 pm

34. எனது தேசத்தை விரும்பும் அளவுக்கு அதன் பெயரை விரும்பவில்லை

•

தீர்மானமில்லாத கேள்விகளாகவே
பூக்கள் மலருகின்றன

வினோத மூச்சின் அறைகளையே உடலாகக் கொண்ட
அல்லிக் கொடிகளைத் தீண்டும் போது
மந்திரமிக்க சொல்
நீரிலிருந்து பிறப்பதைப் படித்திருக்கிறேன்

நித்தியத்துவமான வழக்காடும் சொற்களை இப்படித்தான்
படைத்தேன்

தயக்கமின்றிச் சொல்லப்படும் பெண்ணின் காதல் வெற்றி
வில்லாக நிலவின் பிறையை உராய்ந்து செல்வதில்லை
ஆணின் விசை உயிர்த்தலில் பாயும்

சகுனசாத்திரத்தில் திசைவழிக் குறிப்புகள் அதிகம் புலம்புவது
எல்லோருக்குமானதல்ல

ஒருகாலத்தில் புத்துணர்ச்சியை அருந்திப் பெற்ற நாம்
மற்றொரு காலத்தில்
நிலத்தில் கால் வைக்கையில் பெறுவோம்

சுத்தத்தை உச்சரிப்பது தூசிகள் தானே

ஒன்றை அழித்து மற்றொன்றைப் பெறுதல் தான் நிகழ்காலம்

அழிவு வர்ணிக்க ஏதுவாக வளையும்
ஆயினும் அத்தியாயங்களை நுண்மையாக உதிர்க்கும்
நிலைமொழிகளை ஈன்றெடுக்கும்

உண்மை நிரம்பிய கண்களின் வழியாகவே வல்லமைமிக்க
தேசம் கட்டியெழுப்பப்படும்

உறுதி கொண்ட எதுவும் வேற்றுக் கிரகத்தின்
கருமையத்தையும் கடக்கும்

சாதாரணமான காலங்கள் தான் வரலாறுகளாகவும்
விரிவுபெறும்
கூர்ந்து நோக்கினால் ஊடே
நீதியோ அநீதியோ கவனமாக ஓடிக்கொண்டிருக்கும்

ஏதேனும் ஒரு பக்கத்தில் ரத்தத்தால் மடித்து வைக்கப்பட்ட
வரிவடிவெழுத்து
மற்றொரு காலத்தின் புரட்சியாகும்

எனது தேசத்தை விரும்பும் அளவுக்கு அதன் பெயரை
விரும்பவில்லை
இந்தியா என்ற பெயரடையாளத்தில்

சில அநீதிகள் ஒட்டிக்கொண்டிருக்கின்றன
•

16.5.2019
7.55 am

35. தனித்த சொல்

•

தனித்த சொல்
ஒரு அரசியலை நிகழ்த்தலாம்

ஏதோ ஒரு சொல்லை நீக்குவது போல
ரத்தக் கறையை நீக்கலாம்

ஆனால்
பனிக்கால காலையைத் துடைத்து
நம்மால்
வானத்தையும் பூமியும் தெளிவாகக் காணமுடியாது

விலகுவதற்கான அவகாசத்தில்
ஒளிந்திருக்கும் துல்லியம்
மகா வெளிச்சம்

அதுவே உண்மை எனப்படுவது
•

29.6.2021
11.50 pm
Apollo Hospital (7539)

36. தேசத்தை விற்கிறார்கள்

•

அவர்கள் கடலை விழுங்கச் செல்கிறார்கள்
ஆயினும் என்ன அவர்களையும்
வேட்டையாடுவோம்
அவர்களுக்குத் தெரியாது
கடலின் தலைகீழ் ஆணிவேர் மலைகள்

அவர்கள் தேசத்தை விற்கிறார்கள்
ஆயினும் என்ன உழுதுண்டு வாழ்வோர் போராடுவோம்
அவர்களுக்குத் தெரியாது
ஏர் கொண்டும் எழுதுவோம் என்று

இரக்கமற்ற வார்த்தைகளால் அநீதி செய்கிறார்கள்
ஆயினும் என்ன நிலத்தின் சொற்களால் முழங்குவோம்

நெல்லைக் கண்டறிந்தவன் நாவில்
ஊறிய ஆதிப் பசி தான்
விளைநிலம்
•

29.1.2021
07: 53am

37. பணவாடை

•

மனிதர்களை எவ்வகையிலெல்லாம்
பிணமாக்கலாம் என்பதை விட
மனித நரம்பு, மூளை, மூச்சு
இவைகளை எவ்வகையிலெல்லாம்
பணமாக்கலாம் என்பதை
ஆழத் தெரிந்து கொண்டார்கள்
ஆட்சியாளர்களின் பணி இதுவே

குடிமக்களின் எலும்புகள் குமுறுகின்றன
இரவின் நிறம் மாறிவிட்டது

துயரங்கள் உடலுக்குள் செயற்கையாக
உட்செல்லுகின்றன

ஒரு வாக்கியத்தை மடித்து மாத்திரை ஆக்குகிறேன் - வேறு என்ன
இயற்கையை நம்புங்கள்
போர் செய்வோம்

கடுங்குளிரை எப்படி அணிந்தோமோ
மழையை எப்படி கண்ணில் அடைத்தோமோ
அப்படியே நோய்களை உள்வாங்கி வெளிக்கடக்கலாம் வேறு வழியில்லை

நடைபாதை எங்கிலும் சாம்பல் புதர்கள்
உருவாகும் வரை மௌனித்திருப்போமோ

தலைமுடியை பிறை நிலவாக ஒதுக்கும் விதம்
அரசை ஒதுக்கி விடலாம்

ஜனநாயகம் பித்தலாட்டமான புலம் இது

பெருங்கூட்டத்தின் பிரார்த்தனைகள்
மாம்பூக்களாய் மாம்பூக்களாய்
பூக்கின்றன

தெரிந்தே இழக்க உறையுள் சிறிதா

நம் கூக்குரல்கள் எவர் செவி எட்ட வேண்டும்

காவல் - ஒரு கைக்கூலிக்கு கிட்டும் எனில்
தீவினைப் பந்தத்தை கொளுத்துவான்

துருவங்கள் துப்பிவிடும்
தீயதை இயற்கை நெடுங்காலம் தாங்காது

இமைகளைப் பதட்டமின்றி இசைக்க
இதமான காற்று வேண்டும் என்பதை விட
தேசத்திற்கு ஒரு நல்லரசு வேண்டும்
நாட்டினுள் பெருங்கோபமிக்க மக்களும் வேண்டும்

இரத்தவெறி கொண்ட மிருகங்களை விட
பணவாடை விரும்பும் மனிதர்களே
பூமிக்கு ஆபத்தானவர்கள்
•

22.4.2021
2:22 pm

38. மாஞ்சோறு

•

சாம்பல் வானின் கீழ் மாந்தளிர்
நிலவாய் உலவிப் பார்க்கிறது

அது நினைக்கலாம்
சூரியோதயத்தின் முதல்கோடு
வரையப்படும் போது தனது செம்மேனி
மீளமுடியாத பச்சயத்தை உடுத்தும்

ஒரு கோடு வாழ்வை விட சற்று நீளமானது

மேலும்
வளைந்தால் உடையமுடியாமல்
உடைந்தால் வளையமுடியாத உறுதி கொண்டது

நினைவை உயிராக வடிவமைக்க
கலை தன்னைக் கருவறையாக்கும்

கூர்ந்து நோக்கினால்
நிகழ்த்த முடியாத சம்பவத்தை

சிற்றெறும்பு பூமிக்கும் கடத்திச் செல்லும்

வெகுதூரத்தில் மேகக் கிளையில்
நிலா மாம்பிஞ்சு

இந்நேரம்
பசியோடிருக்கும் தன் பிள்ளைக்கு
நிராதரவற்ற ஒரு தாய் வேறு எதுமின்றி
அதை பிசைந்து ஊட்டக்கூடும்

வறியவளின் புன்னகை வானின் முதுகுத்தண்டு
•

18.4.2020
11:11 pm

39. நாட்டின் இருண்ட காலம்

•

தவித்த பறவை அழுகிறது
அதன் எழுத்திலாவோசை
அலகால் காட்டைத் தலைகீழாக திருப்புவது எப்படி என்று
கேவி
நிலத்தை மார்பாக எண்ணி அடித்துப் புரள்கிறது

அவ்விடத்தில் இருந்த நீர்மருது மரங்கள் எங்கே

அதன் கூவும் ஒலியை மாற்றியது யார்

நிலம் பிளந்த இடுக்குகளில் வெப்பம் உயருகிறது

வெப்பத்திற்கு கைகள் பதித்தவர்கள் யார்

நிலத்தின் உள்ளே நீரை களவாடியது யார்

நிலத்தை சூறையிட்டது யார்

ஒரு நாட்டின் இருண்ட காலம்
ஒரே ஒரு மந்தபுத்தி கொண்ட அரசியல்வாதியின்

அச்சடிக்கப்பட்ட ரூபாய் தாளில் துவங்கும் எனில்
நாட்டைத் தலைகீழாக அலகால் திருத்துவது எப்படி

தவித்த பறவை அழுகிறது
பவழமல்லி காம்புகளை ஒத்த அதன் அலகு
இப்போது தீமூக்கு
•

24.6.2019
8.48pm

40. மலை அணில்

•

ஆயுத எழுத்தில் இருந்து எப்போதும்
மூதாதையர்களின் மண்டை ஒடுகள்
முன்னும் பின்னுமாக உந்தி
வாய்பொத்திய
காதுகளை அடைத்த
கண்களை மூடிய விரல்களோடு
உருளுகின்றன

என் தாயின் வெடிப்பு நிறைந்த கைகள் கருணைகொண்டு
தடவியபோது
மலை அணிலின் வால்சரத்து நிறம்
சிவப்பாகப் படைக்கப்பட்டது என்று
என்னால் ஒரு புனைவு எழுதமுடியும்

என்ன செய்வேன்

என் தாய் எனக்குள்
உறைபனியின் வெண்கோல் ஊன்றி
மெய்ஞானியாய் இருக்கிறாள்
•

19.4.2020
8:11 pm

41. நிலைத்தல்

•

கைத்தலம் பற்றிய கனா
மனதிற்கு உணவாகி
மருகிய இரவு செம்மையானது
புலரி வாசனைமிக்க
குங்கிலியப் பிசினாக இளகிவருகிறது
உலகம் முழுவதும் தன்னுள் வயப்படுத்திட நீதிமான்
பள்ளத்தாக்காக மாறுவான்
பசிதணியாத வயிறுள்ளவன் உலகு
சிறு மணல்தக்காளி பழயிருள்
சுழல்காற்று தன்னுடல் வரைபடத்தை
இலைகளால் வரையும் போதும்
அகம் பழுதற்ற காற்று
உலகில் நித்தியங்கள் மாறுவதில்லை
அமைதியின் ஆழம் புகைவடிவில்லை
இயற்கை வைத்திய நூல்
பூவரும்பு வெளியை கருவறையாக பற்றுகிறது

குருத்தோலையின் ஒளி நம்பிக்கையின் நிறம்
தேடுவதை மதிப்பது ஒருவகை கேடயம்
புலமைமிக்கவன் மாத்திரை போன்றவன்
கருணைமிக்கவன் காயங்களால் ஆனவன்
நிராகரிப்புக்கான இரட்சிப்பு தொங்கும்
திசையினை ஞானி அறிவான்
உன்னதமிக்க யாவும் ஒடுக்கப்படும்
ஒடுக்கப்படும் யாவும் நிலைத்தலைப் பற்றும்
நிலைத்தல் இருத்தலின் துவக்கம்
•

16.10.2018
6.13 am

42. அதிகாரத்தின் எரிமலை

•

தேனீர், கைபேசி, படுக்கை
இவற்றிக்கு மேலே வானம் வளைந்திருக்கிறது
இயற்கையின் ஒற்றைக் கண் சுரண்டல்களில் சுருங்கிச் சுருங்கி
விரிகிறது

தோட்டத்து நீர் பாய்ச்சலில் தவளைகளுக்கு
இட ஒதுக்கீடு அரசியலில்லை
விளையாடுகின்றன

தவளைக்குச் சிந்தனை உண்டு தந்திரமுண்டு
ஆழத்தில் உட்புகுந்து மேலோட்டத்தில் வெளியேற ஆற்றல்
உண்டு

மனிதர்கள் எவ்வாறெல்லாம் ஒடுங்கிக் கிடக்கிறோம்
அதிகார குரலுக்கு பழுதடைந்த பாத்திரமானோம்

ஒருசில கணக்கோடு தான் கோள்களும் சுற்றுகின்றன
கூனித்தராசு வைத்திருப்பவன் வாழத்தகுதியானவன்
உழைத்து தேய்ந்த முதுகெலும்புகள்

மந்திரம் உச்சரிக்க மணிகளாகிவிட்டன

இக்கணம் வானத்தில் மேகங்கள் கலைந்து
புகைப் பள்ளத்தாக்கு போலாகிவிட்டன
அவை மரங்களற்ற காட்டையே வரைந்து காட்டுகின்றன
எத்தகைய பேரச்சம் இது

மழையற்ற பூமி குறித்த குறிப்புகளை
இவ்விடம் விட்டு விட விரும்புகிறேன்

சாமானியன் சறுக்கிச் சறுக்கி விழுகிறான்
பணத்தின் நிறத்தில் அதிகாரத்தின் எரிமலை
வெடித்து வீங்கிக்கொண்டே போகிறது

கைபேசி சூடாகி தேனீர் தணுத்து விட்டது
வன்னிமரம் வானை உலுக்குகிறது
படுக்கையில் நிம்மதி என்ற சொல்லை எக்காலத்தில் எவர்
புதைத்தது
•

4.8.2021
2.20 p.m

43. அரசே எப்போதும் எங்களைக் கைவிடுவீர்

•

உணர்ச்சியற்ற முதுகுகளை
கால் நூற்றாண்டுகளுக்குத் தேவையான
தந்திரங்களை
தனியாளாக விளையாடும் சூது மந்திரத்தை
உருவாக்கிவிட்டீர்கள் அரசே

எப்போதும் எங்களைக் கைவிடுவீர்

எண்ணிக்கையற்ற நாவுகள்
முளைக்கும் ஒரே பூமி

எங்களிடம் எதிர்ப்பு சக்தி அதிகம் உள்ளது
நாங்கள் கிருமிகளை வெல்வோம் அரசே
•

15.4.2020
1:10pm

44. நான் என்பது எத்தனையாவது எண்

•

மக்களின் உயிரோட்ட வரைபடங்களால்
உலகச் சந்தை கண்காணிக்கப்படுகிறது
பொருளாதாரம் எவ்வகையிலும்
தந்திரத் தகடு
இக்காலத்தில்
தேசத்தில் மக்கள் எண்ணிக்கையானோம்

நான் என்பது எத்தனையாவது எண்
•

8.4.2020
6:40 pm

45. மாயக்கிருமி

•

கண்ணுக்குத் தெரியாத மாயக்கிருமி
அழிவை நிர்ணயிப்பதாக
பல நூறுமனிதர்கள் வாழும்
கிராமத்தை அடைக்கிறார்கள்

இரண்டு சுடுகாடாக இருந்த நிலத்தில்
இறந்தகாலத்து மக்களின் சாம்பலில்
இப்போது
தீண்டத்தகாத எக்கிருமியும் இல்லை
•

8.4.2020
04.31 pm

46. மதிலுகளின் உதடுகள்

•

கடைசி இரவை மக்கள்
கற்பனையில் வளர்க்கத் தொடங்கிய நாளில்
மதிலுகளின் உதடுகள் அசைந்தன

காடுகளின் தாழ்வாரத்துக் குளிரை
எல்லா வரிகளும் மறக்காமல்
நினைவூட்டின

செயற்கை நிலவை
செயற்கையான செவ்வாயை
மனிதன் உற்பத்தி செய்ய நினைக்கும்
மூடத்தனத்தையும் அவை உச்சரித்தன

தானும் பலகோடி
எலும்புகளின் சாம்பல்களால் உருவாக்கப்பட்டேன் என்று
குற்றவுணர்வில் நடுங்கின

இயற்கையின் சகல சம்பத்துக்கும் மனிதன் இடர் தந்ததை
அடிக்கோடிட்டன

ஓய்வறியாது அலையும்
பைத்தியக் காற்றின் மொழியை
மார்பில் அடித்து அவை பேசின

"பூமியின் மகத்துவங்கள் அனைத்தும்
மனிதன் பூசியும்
பேரிச்சையால் சர்வாதிகாரி ஆனான்
அகம்பாவத்தால் தனதுடலையே மிருகமாக்கினான்
நிலங்களை அகல அகலக் கீறி விஷங்களைச்

செயற்கையாகப் பாய்ச்சினான்
விலங்குகள் தனக்கானதை உண்டு
தனக்குத் தேவையான இடத்தில் உறங்கி
தனக்கென ஏதும் சேர்க்காமல் மகிழ்ந்தன
தங்கள் பிணத்தை இயற்கைக்கே உணவாக்கின
கல்லறைகளை விலங்குகள் கட்டியெழுப்பவில்லை
பறவைகளின் தக்கைக் கூடுகள்
பெரும்புயலுக்கும் பாழாகுவதில்லை
விதையில்லா தாவரங்களின் மரபை
பலகோடி மெல்லுயிர்கள் தன் உணர்விழைகளில் காத்தன
விழுதில்லா மரங்களை பாறைகள் தாங்கின
காட்டுத்தீயினை பல பூக்கள் தடுத்தன
கடலுக்கும் நீரினை காடுகள் படைத்தன
ஆனால்
அழிவின் விதியை
மனித மூளையே உற்பத்தி செய்தது
மனிதனின் நுகர்வில்
வீடு உன்னதமான இறையிடம்”

மக்கள் காதுகளை
மதிலுகளின் உதடுகளில் வைத்து அதன்
முத்தங்களை நடுக்கத்தோடு பெற்றார்கள்
•

6.4.2020
1:16 pm

47. சர்வாதிகாரத்தின் நடுமுள்

•

சர்வாதிகாரத்தின் நடுமுள்
மக்களை இரகசியமாக எடைகட்டும்

•

6.4.2020

48. பூமி சுற்றிவிடப்பட்ட நாணயம்

•

ஒவ்வொரு மனிதனும் ஒரு துகளாக
தன்னை நினைக்கும் காலத்தை யார் உருவாக்கியது

மனிதப்பூக்களற்ற நிர்வாண பூமியை கற்பனை செய்கையில்
பூமி சுற்றிவிடப்பட்ட நாணயமாகத் தள்ளாடுகிறது

ஒரு தேசத்தை வீழ்த்தும் ஆயுதமாக
தேசத்தின் பொருளாதாரத்தை குலைக்கும் சூழ்ச்சியாக
நாட்டின் நிம்மதியை கலைக்கும் விஷமாக
எல்லா மாகாணங்களின் எல்லைகளை உடைக்கும் மந்திரச்
சாவியாக
எல்லா அழிவுக்கும் சரியான பொருளாக மனித உடலையே
கிருமியாக
எவ்வகையில் எல்லாம் மாற்றிவிட்டார்கள்

நான் வாழும் பொற்காலத்தை மருத்துவத்தின் பாதாள
உலகமும்
ஆயுதக் கிடங்குகளின் நரகமும் சீர்குலைக்கிறது

செல்வம் உயிரின் கூடுடைக்கும்

பூமி எவரின் இழப்பையும் தாங்குவதில்லை

உயிர்க்க வைப்பது

எதையும் இழக்கக் கூடாதபடி
மெய்ஞானத்தை இயற்கையின் மேனியெங்கிலும் வளர்த்து
வைத்திருக்கிறது

மனிதனைக் காக்கும் மருந்துகளின் மூலங்கள்
பூமிக்கடியில் சத்தமிடுகின்றன

காதுகளில் தீயுள்ளவன் கேட்கக்கடவன்
நாசியில் நீருள்ளவன் நாடக்கடவன்
•

1.4.2020

49. யாருக்காக காத்திருக்கிறீர்கள்?

•

யாருக்காக காத்திருக்கிறீர்கள்?

வெற்று வெளிதனிலே
பதிலுக்குப் பதிலாக பறக்கின்றன பலகோடிக் கண்கள்

கேள்வியின் நுனியில்
அரசடங்கு உத்தரவு ஒன்று
ஆடிக்கொண்டே இருக்கிறது
•

4.3.2020
10:11 am

50. கிருமிகள்தான் ஆள்கின்றன

•

வானின் கீழே கிருமிகள்தான் ஆள்கின்றன

சாலைகள் வெற்றுச் சரடுகளாகின
சாத்திரங்கள் சாணத்தினடியில் முகம் மறைத்தன

புலன்களை அடக்கச் சொல்லிச் சட்டங்கள் பிறந்தன

கடவுள்களின் பெயர்கள் வவ்வால்களாகின

விலங்குகள் விரக்தி உணர்ந்தன

மரங்களின் மனசுகள் வெளியே தெரிந்தன

பூமியில் கண்டங்களின் வரைபட வரிகள்
மாறுபாடு அடைந்தன

வெற்றுக் கைகள் திறந்து வான் நோக்குகையில்
மேகத்தில் புலம்பல்கள் தலைவிரித்தன

தேசத்தில் மக்களுக்கு
கதவுகளைத் திறக்க நாள் குறிக்கப்பட்டது

பசுக்களின் பால் நிறம் மாறின
பெருமைகள் செழித்த வீதிகள் காய்ந்திருந்தன

புகழின் தோள்களில் புழுக்கள் நெளிந்தன

கோயில்களின் குரல்வளை நெரிந்தன

கள்ளச் சாவிகளை சிலர் எறிந்தார்கள்
கேளிக்கைச் சாக்கடைகள் தெளிந்தன

சந்தைகளின் கைகள் ஊனமாகின

சாரை சாரையாக மக்கள் நாடு கடந்தனர்

மடைமாற்றப்பட்ட அரசியல் நிலம் வறண்டது

அழுகிய காய்கறிகளாய் பிணங்களைக் கொட்டினார்கள்

அரசன் கேலிச் சித்திரமானான்

பூமி பேசத் தொடங்கி விட்டது
வானின் கீழே கிருமிகள் தான் ஆள்கின்றன

பூமியின் கீழேயும் கிருமிகள் தான் ஆள்கின்றன

•

05.04.2020
03:20 pm

51. தீக்காளான்

•

பூமியிலிருந்து தீக்காளான்களாக
கடந்தகாலக் கைகள் முளைத்தன

வெளியை உதறிச் சுருட்டி
உடல்களாக அவை நடந்து வந்தன

நுரையீரல்களை ஈரிதழ் தாமரை என்று கூறியவாறு தொற்றின

மக்கள் கதவுகளை அடைத்தார்கள்
அப்புதிய தீநுண்மங்கள்
வேகமாகப் பரவியவாறு கதவுகளை
காட்டுமரங்களின் காதுகள் என்று கூறி
சில இரகசியங்களைப் பூசின

மக்கள்
கடந்த காலத்தில் சிலர் செய்த அநீதியை
இருமினார்கள்

நுண்ணிய மரணங்கள்
புகைந்து எழும்பின

வீரிட்டு அழவோ
உறவின் பேர்சொல்லவோ
உறவாகவோ யாருமில்லை

உடலை உடலிலிருந்து உடலுக்குள்
உலவ விட்டு
கிளைகிளைத்து தீவிரித்து பரவிக்கொண்டே இருந்தன அவை

மனிதர்கள் உருவாக்கிய மந்திரங்கள்
மனிதர்களுக்கு முன் மாண்டன

பசிகளனைத்தும் மயக்கமடைந்தன

பூமியிலிருந்து புறப்பட்ட கைகள் கூறின

புல்லிற்கும் பூவிற்கும்
புழுவிற்கும் சகல காட்டு விலங்கிற்கும்
பெயரிடப்படாத மரங்களின் மூளைக்கும்
சமுத்திர உடலின் அறைகளுக்கும்
வானத்தின் மாய விளிம்பிற்கும்
ஒளிக்கும் ஒளியின் அருளுக்கும்
நீருக்கும் நீரின் மருளுக்கும்
காற்றுக்கும் காற்றின் சுருளுக்கும்
நிலத்திற்கும் நிலத்தின் குருதிக்கும்
மனிதன் உயிருக்கும்
சமமாக
இயற்கை கருணை தந்தது

கருணையைக் கைக்கொள்ளும் யாவரும்
மீட்சி பெறுவார்கள்
எத்தகைய தீங்கும்
புறப்பட்ட இடத்தையே அடையும்

பூமியிலிருந்து முளைத்த நானும்
பூமிக்குள் கைமடக்குவேன்
•

5.4.2020
09 :10 pm

52. புனைவு காரம்

•

முதலில் ஒரு அவிந்த உருளைக் கிழங்கை
அவள் பிரசவித்தாள்
உயிரற்று இருந்ததை நூறு
துண்டுகளாக்கினாள்
உயிர்களோ கிளைத்தன
கண்களைக் கட்டிக் கொண்டு
நூறு முறை தன் உடலை இலைகளுக்கு
ஊட்டினாள்
இவர்களூடே சூரியக் குட்டியும் பாய்ந்தது
அவரவர் ஆளாளுக்கு ஆயுதம் கண்டனர்
தேசத்தில் பிறக்கும் மக்கள் காதுகள்
யாவும்
ஆரஞ்சுநிறக் காளான இருக்க வேண்டும்
என்ன காலக் கணக்கு
எவ்வளவு காரம்
புனைவு வேண்டுகிறது இப்படியாக

சூரியன் பிறந்து வளர்ந்த வீதிகளில்
வறுமையே கதிராய் வீழ்ந்து கிடக்கும் தெருவில்
புனைவின் புத்தியை ஓங்கி அறைந்து
சாம்பவி கேட்கிறாள்
சமயங்கள் எங்கு போயின

•

30.8.2021
09.01 p.m

53 நீலத் தீப்பிஞ்சு

•

இசை நொடி மறந்த பியானோ
இன்மைச் சமுத்திரத்தில் மூழ்குவதுபோலிருக்கிறது

மூளை கற்சிலையாகி அதன் ரூபம்
அடுக்குகளைச் செதுக்குகிறது

தண்டுவடத் தண்ணீர் நிர்மலமாய்
நீந்துகிறது

எனது மூளையை குழந்தையாய்
கையிலெடுக்கிறேன்

குழைத்த சாம்பல் சங்காய் புன்னகைக்கிறது

ஊர்வலமிக்க நகர வீதியை
உற்றுப் பார்க்க விரும்புகிறது

மனிதம் அடந்த பாதைகளைக் காண
பூக்கள் பிறப்பதை
செம்பூத்து நிலமளந்து கிழக்கில் போவதை

குழந்தைகளின் சீருடை நிறத்தை
மரணக் குறிப்புகள் அற்ற நாளை
மங்கள ஒலிகள் பொங்கும் தென்னம்பிள்ளையை காணத்
தவிக்கிறது

யாவரும் நலம் என்ற மந்திரத்தை
கதிராக்குகிறது

காலுக்கு அடியில் கந்தர்வ மேகத் தூண்

விரலிடுக்குகளில் இசைப் பிசுறுகள்

கண்ணின் கருவிழி காந்த பாடம்

கதவு இருந்தும் இல்லாத கானல் கீற்று
உள்ளின் உள்ளே

ஒருலட்சத்தி அறுபதாயிரம் நீள நீலமாய்
உணர்வுகள் மின்சார மின்னலாய் வெட்டுகின்றன

வணங்கவும் வண்ண வண்ணமாக அதற்கு கண் வைக்கவும்
ஆசையாக இருக்கிறது

ஓய்வெடுக்கத் தெரியாத மீன்தான் மூளை

ஓய்வெடுக்கத்தெரியாத பரிசுத்த ஆவி தான் சிந்தனை
அதன் மூச்சு வெந்த பனிச்சிறகு
அப்படித்தான் சொல்லத் தோன்றுகிறது

ஒவ்வொரு அவையங்களும் தனித் தனி உயிர்
ஒவ்வொரு வலியும் விசித்திரப் பயிர்

வறண்ட பார்வை மூளையை முடிச்சிட்டுக் கொண்டு அந்நிய
தேசம் செல்கிறது

எனது தேசம் நோய்களால் ஒடிந்து வருகிறது

மக்கள் மாத்திரைகளாக உலவும் வீதிகளில் வீழ்ந்து
கிடக்கிறேன்

தொற்று கேள்விக்குறிகளாக அந்தரமேகுகின்றன

அதன் விகார கூறுகளில் புரட்டப்படுகிறேன்

மூளை அகராதியில் வார்த்தைகள்
நட்சத்திரங்கள்

அதன் அதிகாரத்தினுள் சாதிமத குரலில்லை

நீலத் தீப்பிஞ்சு உயிர்
கண்ணற்று நீந்துவதும்
காதற்று அலறுவதுமாய்
வாழ்நாள் முழுவதும் பசித்த தேகமுமாய்
நம்முள்ளே உலவுகிறது
•

21.6.2021
4.10am
Apollo Hospital

54. நாளை என்பது செயற்கை மருந்து

•

நாளை என்பது செயற்கை மருந்து

•

5.3.2020

10:12 am

55. தேசத்தை மதவாதம் பிசைகிறது

•

இன்று
நமக்கான உணவுப் பாத்திரத்தில்
இரண்டு சீட்டுகள் பரிமாறப்படுகின்றன

மரணம் என்ற சீட்டின் அடியில் வாழ்வும்
வாழ்வு என்ற சீட்டின் அடியில்
வன்முறைகளும் வெடிக்கின்றன

விரல்களை உயர்த்துகிறோம்
உண்ணமுடியாத காலம்

தேசத்தை மதவாதம் பிசைகிறது
•

16.3.2020
03.20 am

56. தலாமஸின் புலம்பல்கள்

•

ஆழ்மயக்கம் தீர
மார்பிலடித்து மார்பிலடித்து கேட்கப்படும் நாமம்

சொல்ல முடியாத நாக்கு
முன் மருகும் தடை கொண்ட தாகம்

குரல் இழந்த கணங்களில் குமுறும் உலகு

ஆட்கள் சூழ்ந்தும் ஆழத்திறக்கும் பாதாளம்

விரியும் கண்விழி அந்தாதி படிக்க முயலும் செவிலியர்களின்
வெள்ளை வெளிச்சம்

கிள்ளி எழுப்ப பதறும் இடங்களில் பெருகும் இரத்தப்படலம்

உயிர் மூச்சு மீளத் தரும் அட்ரினலின்

கண் திறக்காத பூனையாய் இடறும் கழுத்து

இயலாத இமையின் இருள்முடி அமைதி
வெட்டப்பட்ட ஆட்டின் தலை நரம்பாய் துடிக்கும் விரல்கள்

காற்றின் அலை வீச விரையும் மருத்துவர்களின் காலடிகள்,
கைநொடிகள்
விழும் இடமெல்லாம்
தலாமஸ் எழுப்பும் புலம்பல்கள்

நட்சத்திரங்கள் தெறித்துச் சிதறும் நடுநெற்றி மடல்கள்

குருதி மூளை வேலி அதிரப் பரவும் இரத்தச் சூடு

தீநுண்மம் அணுக்களில் கிறுக்கும் ஓவியங்கள்
அந்நேரம்

அணியமிதடு பறக்கப் பறக்க
தாயின் அடிவயிற்றிற்கு அந்நேரம்
சுவரி மடல் எழுதும் தாலாட்டு
நிலம்பிழந்து உறுதியாகப் போகக்கூடம்

உடலை ஒரு பொருட்டாக எண்ணாத உயிர்
உள்ளிருந்து எழுப்பும் தர்க்கத் தாண்டவம்
இவை எனில் .....

மரணம் சுவாசக் காற்றின் சுழல் நடனம்

உயிர் அருந்தவச் சுடர்
•

30.6.2021
4.15 am
Apollo hospital- 7539

57. இயல்பகத்திணை

•

இளமை துவர்ப்பு
குறுக்கு வழிகளை கணிதமாக்கும் காமம்
இறைவன்- தேசம் - நாடு நகரம்
பசி - பரமபதமாடும் வறுமை- என யாவும்
இளமைக்கு மென் துகள்
இக்காலத்தை
பூனைக்குட்டியின் விளையாட்டு வேட்டைக்கு அகப்படும்
ஓணான் என்பேன்

முதுமை இனிப்பு
நம்பிக்கையின் கோட்பாடு

குழந்தமை காரம்
பெருவிரல்கள் இருதலை ~
இருகண்கள் கால்கள்
தலைகீழ்ப் படிம பாரம் இவை

எவ்வுயிரின் கண்களும் உண்மையில் கால்களை விட அதிகம்
நடக்கின்றன
நீர்நிலை தலைகீழாகவே பயணிக்கிறது
ஊருகால் ஊர்ந்த தடம் பால்பாதை

எதனையும் அங்கீகரிக்கிறது நிலம்
நிலம்
கடினமாக விரும்பாத இயல்பகத்திணை
•

7.2.2021
05:05 pm

58. தாய்

•

காட்டுத் தனமாக சொர்க்கம் தெரிகிறது
அப்படி எனில் நரகம் எது என்று
உங்களால் இலகுவாக யூகிக்க முடியும்
தொங்கும் நீலச்சாம்பல் நிற மனதை
எப்போதேனும் நீங்கள் சுண்டிவிட்டதுண்டா
ஆதிகாலத்தில் உலகின் தாயாய் இருந்தது மனமின்றி
வேறென்ன

எல்லா ஈர்ப்பு விசையும் காந்தமுடியாய் நீள்வதும்
எதிர்காலத்திற்குள்ளேயே காற்று
இடறி இடறி வீசுவதும்
கனவுகள் மீன் முட்டைகளாய் பொறிப்பதும்
வானத்தின் முழங்கால் நிலவாக மடங்குவதும்
இரவின் இதயம் வகைவகையான பூச்சிகளின் ஓசையாக
இயங்குவதும்
சொர்க்கமின்றி வேறென்ன

இறக்கவில்லை என்பது உண்மையில்லை
சிறு நீலப்பாசி அளவு மனதை
அழிவற்ற முகமாய் வரைந்து கொண்டேன்
குறிப்பிட்ட மருந்துகளை மரக்கனிகளாக
நிலையமைதியை தண்ணீராக
எடுத்துக் கொண்டேன்
காதலை ஆன்மாவுக்குள் மீன்விழியாக
தூங்காது நீந்தச் சொன்னேன்
முகமறியா மக்களின் பிரார்த்தனைகளை
நீர் சுமக்கும் மேகங்களெனக் கண்டேன்
மூச்சுத் திணறும் போதெல்லாம்
உயிரின் நிர்மாண அமைப்பை நுட்பமாக நோக்கினேன்
நரகம் என்பது மனித கற்பிதமின்றி வேறென்ன

இயற்கை தான்
காட்டுத்தனமாக சொர்க்கம்
ஆதிகாலத்தில்
உலகின் தாய்களாய் இருந்தவை
சகல உயிர்களின் மனமின்றி வேறென்ன
•

29.6.2021
9:19 pm
Apollo multy specially hospital
On bed - 7539

59. எங்கும் திரும்பமுடியாத மொழி

•

மலையை விட உறுதியுடைய மனதை
நீங்கள் கொண்டிருக்கவேண்டும்
ஒரு கால்நூற்றாண்டு கால தனிமையின் கனம்
விவரிக்கமுடியாத காற்றின் கால் போல
அநாதியானது, நிற்க இடறுவது

ஏதேனும் ஒரு அபத்தமிக்க தடயத்தை
மனிதர்களின் அமைப்பு உலகிலிருந்து
நிறுவனமயமான நிர்ப்பந்தமிக்க
நிழலிலிருந்து கூட என்னால் உருவ முடியும்

இழிவுபடுத்தமுடியாத
காலத்தின் நொடி முள்ளின் இசை
தனிமைக்கானது

திட்டமிடத்தெரியாத பசியை
காலமெல்லாம் கடக்கும் விசித்திர பூச்சி
திருப்தி அடையாத சிந்தனைகளை
வலுவாக வழிநெடுக பின்னிய மூளை
எனதாக இருக்கக் கூடும்

இவ்வுலகிலிருந்து தப்பி விடமுடிகிற உடல்,
இப்பிரபஞ்சத்திலிருந்து விடுபடவே முடியாத மனம்
இவற்றிற்கு இடையில் மூடுபனியை
அனுமதித்ததே இல்லை
தெளிந்த ஊற்றின் பயணம் எனது

காடுகளை மேய்ச்சல் நிலமாக எண்ணும்
வரையாடுகளை விரல்களாலேயே

வானத்தில் வரைந்த பால்பருவம்
எனக்குள் ஆதிஆபரண ஒளி

சுதந்திரம் எனக்கு கந்தலற்ற நான்கு சுவர்

இத்தேசம் எனக்கு இலையுதிர் காலத்து
சலசலத்த போராட்டச் சருகு

தற்கொலையை எப்படியெல்லாம் எதிர்கொண்டார்கள் நம்
மூதாதையர்
என்பதை விடவும்
ஒடுக்குமுறைகளை எப்படி அடக்கிக் கொண்டார்கள் என்ற
குறிப்புகளே நான் அதிகம் சேகரிக்க விரும்புகிறேன்

விடுதலையின் கொடி சொல்லில் கருவில் தான்
பிறந்து சிறகு நிறமெடுக்கும்

நிலத்தில் கனத்த சத்தங்களின் ஊடாக
கண்ட பிளவுகளை
சிரமங்களின் விரலிடுக்கு வழியாகவே
மழைச்சகதியாய் கவிதைகளில் அப்பினேன்

சூரியன் பேராசைமிக்க அந்தரத்தீ
கடல்ஆசையற்ற ஆழக்குளிர்
சொல்லின் காட்டு வேர்களில் இப்படித்தான் வாழ்வைக்
கடக்கிறேன்

எங்கும் திரும்பமுடியாத மொழி
அன்பின் சங்குக் கழுத்தில் உள்ளது
•

3.7.2021
8:11 pm
Apollo Hospital

60. அரிதினும் அரிதான தனிச் சுழல் பிறவி

•

உருக்கி உடைத்ததை ஓமப்பூவாய்
உலர்த்தி வைத்ததை சாமத் தீவாய் காண்கிறேன்

அகமென்பது உலகு
அரிதினும் அரிதான தனிச் சுழல் பிறவி

துணையென்ற பொய்யை அறிவீராயின்
துயிலென்ற சாவும் துவளாத காற்று

உயிரை எச்சொல்லால் முத்தமிடலாம்
உயிரை எந்த வேரால் இழுத்துக் கட்டலாம்

கண்ணெதிர் காட்சியும்
கண்ணகக் காட்சியும் வேறு வேறான வேர்

அவை இழுத்துச்செல்லும் மூலம்
இறுதியற்ற வெளி

யாதொன்றையும் பழகாத பால்வெளி ஒளியூறித் ததும்புகிறது

மனிதநெடி மருந்து

அரைவேக்காடாக நடுப்பகல் நடுங்குகிறது

குறைகாண முடியாத குணம்
குன்றில் பிரமகமலமாய் விரிகிறது

யார் யாருக்கு
யாருக்கு யார்

இல்லை என்பதன் பொருள் இருப்பதன் பேரடர்வு

இருப்பதன் நீர்த்த நிறம் இல்லாததின் தீய்ந்த திறம்

உருவென்ன உலகென்ன
உன்மத்த ராவின் உடலருவி நடனமென்ன

நீரென்ன நிழலென்ன
நிழலூறும் பகலின் பாம்பு உடையென்ன

ஒது தும்பைப் பூவைவிடச் சிறிய உயிர்
உலகிலாடி உலகிலாடி படித்ததென்ன

சந்திரக் கலை தேய்வாய்
சகலமும் மாய்வதென்ன

மொழி வாய் உலகின் கண்

உணர்வுகளை வணங்காதவர்கள்
வளர்க்கப் பழகாதவர்கள்
வரமில்லா குயிலோசையின்றி வெளியேறுங்கள்

காற்று எல்லா உயிர்க் கூடுகளையும் காக்கிறது

மழை மரித்த மண்ணையும் மார்பிலடித்து எழுப்புகிறது

நிலா கலை வழுவாது காலக்குறி சொல்கிறது

பனி பூக்களுக்கு உணர்வூட்டும் பால்

சூரியன் நிகர்வு தணியாத கடவுள்
•

19. 6.2021
4:39
Apollo specially hospital vanagaram

61. மரபும் தகவும்
தாற்றுப்பூ பூக்கும் மண்ணும்

•

இறந்தவர்களை விட
உயிரோடு இருப்பவர்கள் அதனிலும் மேலாக உறைந்து
இருக்கிறோம்
காலக்கடிகாரத்தில் தலைகீழாக
யார் நம்மை அடைத்தது

தீநுண்மிகள் சிலந்திகளாய்
நரம்புகளுக்குள் ஊர்ந்து செல்கையில்
முடிச்சிடப்பட்ட துணிப்பை இந்த தேசம்
மற்றொரு தேசத்திற்கு

திடகாத்திரமான
காத்திரமான
ஆத்திரமான
திரமான
யாரையும் விட்டு வைக்கவில்லை கொள்ளை நோய்

ஆணிபதிந்த பந்துகள் உடலுக்குள்
இறுக இறுக அசைகையில்
வாலதந்திரம்
பூமியின் உயிர்களுக்கு திறக்கும் வானம்

சகலருக்கும்
மொட்டறாமலர் நினைவு

நரம்புகள் மின்னல்கள்

எங்கோ
புல்லாங்குழல் வாசிப்பவன் இதழ்கள் நோயாளிகளுக்கு முன்
முந்நீர் நிலைகளிலிருந்து உயர்ந்த
முத்தங்களை பரவி எழச்செய்யலாம்
வலியோ சமீபத்திய ஓடையில்
தலைகீழாக திரும்பி நெறியும் மீன்

யாருக்கும் அனுப்பாத எழுதி வைக்கப்பட்ட கடிதங்கள்
பலருக்காக பலரிடமும் இருக்கின்றன

கந்தலாடையை
செலவழிக்க முடியாத செல்லாக்காசை
எரிக்கப்பட்ட வீட்டில் எரியாத இசைக்கருவியை வெள்ளத்தில்
தன் குஞ்சுகளை இடமாற்றும் எலித்தாயை
நடுக்கத்தோடு புயலில் பறந்துவிட்ட வீடுகளின் மிச்சங்களை
உறவுகளாய்
நம்மோடு வைத்திருக்கிறோம்

நீரில் மூழ்கி மண்சரிவுகளில் சிக்குண்டு
பெருமழை அடித்துக் கொண்டுபோன
ஊரும் மண்ணும் ஊர் பெயரும்
மரமும் மதகும் மாமலை யானையின் சதையும்
மரபும் தகவும் தாற்றுப்பூ பூக்கும் மண்ணும்

உறவும் நறவும் நறவம்பூ பூக்கும் காடும்
மக்களும் மனிதகுலச் சிக்கலும்
பெருந்தொற்றில் நிழல்மேயும் வலித்தரை

ஒருமையே
மாறாத் தனிமைமிக்க இயற்கையே
பெரும்பருந்து ஓசையில்
செம்பட்டையாய் புல்வெளி பறக்குதடி

நலம் பூக்க யாவருக்கும்
நீ சுழல்
இவ்விடம் நாங்கள் நிற்கின்றோம்
•

17.7.2021
7:27 am

தேன்மொழி தாஸ்

ரோஸ்லின் ஜெயசுதா என்னும் இயற்பெயர் கொண்ட தேன்மொழி தாஸ் மேற்குத்தொடர்ச்சி மலையில் மணலார் என்ற தேயிலைத் தோட்டப் பிரதேசத்தில் பிறந்தார். பெற்றோர் சுப்பையா என்ற மரிய தாஸ் - லீலா மரியதாஸ்.

இவர் செவிலியர் பட்டப்படிப்பு படித்தவர். புகழ்பெற்ற அப்பலோ மருத்துவமனையில் 2001 வரை பணிபுரிந்தார். மிகவும் சிறிய வயதிலேயே கவிதைகளை இயற்றுவதில் திறமை கொண்ட இவர், பள்ளிக் காலங்களில் நாடகங்கள் இயற்றி இயக்குவதிலும் நடிப்பதிலும் தேர்ச்சி பெற்றிருந்தார். பரதம் மற்றும் கர்நாடக சங்கீதமும் முறைப்படி கற்றுத் தேர்ந்தவர். 1996-களில் சிறுபத்திரிகைகளில் கவிதைகளும் கதைகளும் எழுதத் தொடங்கியவர்.

2001ஆம் ஆண்டு இவரது முதல் கவிதைத் தொகுப்பு 'இசையில்லாத இலையில்லை' வெளிவந்தது. அந்த நூல் தேவமகள் அறக்கட்டளை விருது, திருப்பூர் கலை இலக்கியப் பெருமன்றப் பரிசு மற்றும் சிற்பி இலக்கிய விருது ஆகிய மூன்று விருதுகளைப் பெற்றது. 2002-ல் பாரதிராஜாவின் 'ஈரநிலம்' திரைப்படம் மூலமாக பாடலாசிரியராகவும் உரையாடலாசிரியராகவும் அறிமுகமானார். இப் படத்திற்கான தமிழ்நாடு அரசின் சிறந்த வசனத்திற்கான விருது 2003-ல் முதல்வர் செல்வி ஜெயலலிதாவின் கைகளில் பெற்றார். இதன் மூலமாக தமிழ்த் திரைப்பட வரலாற்றில் உரையாடலுக்காக விருது பெற்ற முதல் பெண் என்ற அடையாளமும் இவரை வந்தடைந்தது. இதுவரை நாற்பதுக்கும் மேலான

திரையிசைப் பாடல்களையும் பல பக்திப் பாடல்களையும் எழுதியுள்ளார். சுஹாசினி மணிரத்தினம் இயக்கிய கி.ராஜநாராயணனின் 'காளிணிச்சமரம்' குறும்படத்திற்கு வசனம் இயற்றினார்.

2006–லிருந்து 2011 வரை கலைஞர் தொலைக்காட்சியில் வெளியான 'தெக்கத்திப் பொண்ணு' என்ற நெடுந்தொடருக்கு உரையாடல் எழுதினார். உரையாடலுக்கென்று மிகவும் புகழ்பெற்ற இத்தொடருக்கு – சிறந்த உரையாடல் ஆசிரியர் விருது கலைஞரிடம் பெற்றார். 2006–ல் கிடைத்த அரசுப் பணியை இலக்கியத்திற்கென துறந்தார்.

விஜய் தொலைக்காட்சியில் வெளியான 'கனா காணும் காலங்கள்', 'காதலிக்க நேரமில்லை', 'அன்பே வா' என்ற நெடுந்தொடருக்கும் பாடல்கள் எழுதியுள்ளார். 2003ஆம் ஆண்டு இவரது இரண்டாம் கவிதைத் தொகுப்பு 'அநாதி காலம்' வெளியானது. 2007–ல் இவரது மூன்றாவது கவிதைத் தொகுப்பு 'ஔியறியா காட்டுக்குள்' வெளியானது. மார்ச், 2016–ல் இவரது நான்காவது கவிதைத் தொகுப்பாக 'நிராசைகளின் ஆதித் தாய்' வெளியிடப்பட்டது. 2017–ல் நூலகச் சிற்பி எஸ்.ஆர்.ரெங்கநாதன் நினைவு விருது, தேனி கலை இலக்கியப் பேரவை தந்து சிறப்பித்தது.

2017–ல் மேகா பதிப்பகம் மூலம் வெளியிடப்பட்ட 'காயா' கவிதை நூலுக்கு உயிர்மை மற்றும் சுஜாதா அறக்கட்டளை 'சுஜாதா விருது' வழங்கி சிறப்பித்தது. மேலும் காயா நூலுக்கு 'களம் புதிது கவிதை விருது', படைப்பு தமிழ் நவீனக் கவிதைக்கான 'இலக்கிய விருது' இந்த மூன்று விருதுகளோடு உயரிய நல் விமர்சனங்களுடன் அதிக கவனம் பெற்றது 'காயா' கவிதை நூல். 'வல்லபி' 2018–ல் வெளியானது.

2019–ல் 'அடவி' எனும் சுற்றுச் சூழல் பாதுகாப்பை வலியுறுத்தும் படத்திற்கு உரையாடல் எழுதினார். உரையாடலுக்கென மிகுந்த கவனம் ஈர்த்த இத்திரைப்படம், இருபது நாடுகளில் திரையிடப்பட்டது. பதினெட்டு சர்வதேசிய விருதுகளை இத்திரைப்படம் குவித்தது.

சிறந்த பெண்ணிய எழுத்துக்காக 2020–ல் 'எழுச்சித் தமிழர் விருது' பெற்றார். எழுச்சித் தமிழர் – தலைவர் தொல்.திருமாவளவனின் விடுதலைச் சிறுத்தைகள் இயக்கமும், விடுதலைக் கலை இலக்கியப் பேரவையும் இணைந்து நடத்திய இளவந்திகைத் திருவிழாவில் இவ்விருது அளிக்கப்பட்டு கவுரவிக்கப்பட்டது. எதிர் பிரதிகள், இலங்கை

இலக்கிய அமைப்பு கவிதைக்கான 2021 ‘தமிழ் இலக்கிய விருது’ வழங்கி கவுரவித்துள்ளது.

தற்சமயம் திரைக்கதை இயற்றுவதோடு இணை இயக்குநராகவும் பணியாற்றுகிறார்.

கவிஞரின் பிற படைப்புகள்

இசையில்லாத இலையில்லை 2001
அநாதி காலம் 2002
ஒளியறியாக் காட்டுக்குள் 2007
நிராசைகளின் ஆதித்தாய் 2014
காயா 2017
வல்லபி 2018

www.ingramcontent.com/pod-product-compliance
Ingram Content Group UK Ltd.
Pitfield, Milton Keynes, MK11 3LW, UK
UKHW042131021026
15589UKWH00003B/752

9 789395 511063